உன்னோடு நான்

வே.அருண்குமார்

BOOK BENCHERS

1

உன்னோடு நான்
ஆசிரியர் © வே.அருண்குமார்
முதற்பதிப்பு 2022

பக்கங்கள் 57

Published by Book Benchers 2021
All Rights Reserved.

ISBN 978-93-5533-354-4

ThebookBenchers@gmail.com
Contact 9944992571

Affliateded By
Aelay Publish
www.aelaypublish.com

முன்னுரை

முன்னுரை என்ன எழுதுவது! என்று யோசித்துக் கொண்டிருந்தேன், ஒரு நகைப்புச்சத்தம். எங்கிருந்தோ வந்தது யாரும் அருகில் இல்லை, நீங்கள் வாசிக்கும் இப்புத்தக வரிகளைத் தவிர...

வெகு நீண்ட சிரிப்பின் பிறகு பேசினான் வா! என்னைப்பற்றி என்னிடமே எழுத வந்துவிட்டாயா, என்ன எழுத போகிறாய்... கொஞ்சம் கூறேன் என்றவாறு நக்கலாக....

நான் உன்னிடத்திலா! இல்லை என்றுதான் கூறேன் பார்ப்போம்.. கூற இயலுமா ம்... ஆம் ஒப்புக்கொள்கிறேன் நான் சுவாசித்த புத்தகமே நீங்கள் இல்லையேல் நானும் இவ்விடத்தில் இல்லை...

சரி! சரி! நமது கதை இருக்கட்டும் உன்னை சுவாசிக்க வந்தவர் அடுத்தப்பக்கம் செல்ல வேண்டுமா வேண்டாமா.. ஆம் உன்னைப்போல் அவர்களும் என்னை சுவாசிக்க வேண்டும். நீ போ !!

நீங்கள் வாருங்கள் புது உறவே, நமது புதிய பயணத்தை இனிதே தொடர்வோம்...,

என்று கூறியவாறே அங்கே ஒரு புது உலகம், புது உறவு தொடங்குகிறது...

<u>நன்றியுரை</u>

இன்று நீங்கள் இவ்வரிகளை படித்துக்கொண்டு இருப்பதற்கு, இருநூறு சதவிகித காரணம் இணையதள உறவுகள் மட்டுமே...

முகம் அறியாத என் இணையதள உறவுகளுக்கு என் மனம் நிறைந்த நன்றிகள் ...

என்னையும் கவிதை உலகில் நடைபயில கற்றுத்தந்த (கவிதைகள் (க)விதைப்போம்) புலனி குழுமத்திற்கும்,

நான் துவங்கிய @Book_page_oru_pakkam படவரி பக்கத்தை ஊக்கப்படுத்தி வரும் அன்பு உள்ளங்களுக்கும் எனது மனம் நிறைந்த நன்றிகளை இப்புத்தகத்தின் வாயிலாக தெரிவிப்பதில் மிகவும் மகிழ்ச்சிகொள்கிறேன்...,

சமர்ப்பணம்

எனது பெற்றோருக்கும்,
கல்லூரி நூலகத்திற்கும்,
இந்நூலை சமர்ப்பிக்கிறேன்···

தொகுப்பாளர் :
விருதை வே. அருண்குமார் B.sc.,

இவர் காசியை விட வீசும் அதிகமாம் விருத்தாசலத்தில். (திருமுதுகுன்றம்) 2001 ஆம் ஆண்டு பிறந்தார். திருவள்ளுவர் பல்கலைக்கழக கலை (ம) அறிவியல்கல்லூரி - திட்டக்குடியில் இளங்கலை கணினி அறிவியல் பட்டம் 2021-ல் பயின்று முடித்தார். தனது சிறு சிறு சிந்தனைகளை கவிபயிலும் குழந்தையாய் பகிர்ந்தும் வருகிறார். புத்தகவாசிப்பில் ஆர்வம் கொண்ட இவர், புத்தகத்தை சுவாசித்துக் கொண்டிருக்கும் வாசக நண்பர்களின் வாசிப்பின் அனுபவங்களை கவிதைகளாக சேகரித்து, அனைவரின் அனுபவங்களையும் உங்களோடு இப்புத்தகத்தின் மூலம் தொகுப்பாளராக பகிர்ந்துகொள்கிறார்...

அறிமுகம்

உலகில் ஆகச்சிறந்த மனிதர்களின் வெற்றி வாக்கியம் நான் இன்று இந்நிலையை அடைய காரணம் " நான் வாசித்த புத்தகங்கள் "என்பதேயாகும்.

ஆயிரம் புத்தகங்களை வாசித்தவன் ஒருவன் இருந்தால் அவனைக் காட்டுங்கள்; அவனே எனது வழிகாட்டி!
- ஜூலியஸ் சீசர்

எனக்குள்ளும் ஒரு கேள்வி அப்படி என்னதான் இருக்கிறது அதில், என்று விடை தேடத் துவங்கினேன். காலம் கடந்தது விடைகளாய் ஒன்றல்ல இரண்டல்ல ஓராயிரம் பயணங்கள், பக்கங்களை புரட்ட புரட்ட வெற்றியின் வழித்தடங்கள் புலப்பட்டன.

அன்று முதல் நானும் உறுதி கொண்டேன் நாமும் இவ்வரிகளை ஒருநாள் உரக்க கூற வேண்டும் என்று, நானும் இந்நிலையை அடைய காரணம் " **நான் வாசித்த புத்தகங்கள்** " என்பதே அது,.

இவ்வாறு பல்வேறு அனுபவங்கள் பல்வேறு கோணங்கள் வாசக அன்பர்களின் வாசிப்பின் அனுபவங்கள் கவிதைகளாய் இப்புத்தகத்தில்.....

என் தனிமையின் இனியவள்

மகிச்சியிலும் உன்னுடன் நான்
        சோகத்திலும் உன்னுடன் நான்
ஆறுதல் தேடி கை கோற்கிறேன்
        உன்னுடன் நான்
அழ தோன்றும்போது மடி
        சாய்கிறேன் உன்னோடு நான்
யாருமற்ற தனிமையிலும்
        உன்னோடு நான்

சுற்றி அனைவரும் இருப்பினும்
        உன் தேடலில் நான்...
கட்டி இழுத்து கற்சிலை
        ஆக்குகிறாய்!
பார்க்கும் வேளை பல வண்ணம்
        கூட்டுகிறாய் என் கண்களில்...
தங்கி விடுகின்றாய்
        அடி மனதில் ஆழமாக

ஆர்வத்தை தூண்டுகிறாய் முதல்
        பக்கத்திலேயே...
ஆச்சரியமாகதான் இருக்கிறது..
        வேறு துணை தேட
வேண்டும் என்ற எண்ணத்தை
        ஏற்படுத்தாமல் நித்தம்
உன் நினைவிலே இருக்கும்படி
        செய்துவிட்டாய்

-   Monisha. S

என்றும் உன்னோடு

புத்தகம் ஒன்று
கைகளில் இல்லாத மாலைகள்
கைகளே இல்லாதவனிடம்
கிடைத்த வீணைகள் போல
வீணாய் கழியும்.
எழுத்துக்களை
இழுத்துத் தின்று சாயும்
பொழுதுகளில்,
வயிற்றுப் பசி
வாய்தா அனுப்புவதில்லை.

என்னைத் தொலைக்க
நானே முயலும் போதும்,
என்னைக் கண்டெடுக்க
நானே முனையும் போதும்
புத்தகங்கள் மட்டுமே
கண் முன் வருகின்றன.
வார்த்தைகளில் விழுந்து
பக்கங்களில் புதைபட்டு
கவிதைகளில் கரைந்து பின்
வெளிவரும்போது விடிந்திருக்கும்,
வானமும், மனமும்.

புத்தகங்களில்லா அறைகள்
காற்றைக் கட்டிவைத்த
கல்லறைகள் தான்.
இல்லையேல்
சிறகுகளை வெட்டிவைத்த
சிறைகள் தான்.
புத்தகங்கள் இல்லையேல்
என்னால்
சுவாசிக்க முடியாதென்று
சிந்தித்த காலங்களும் உண்டு.

ஆனால்,
இப்போதெல்லாம் மாறிவிட்டன.

-   இளங்கவி இரா சதீஷ் குமார்

இயற்கையோடு இனிமை கொள்

மணம் வீசும் வண்ண
    மலரோடு நான்
இரவில் உதிக்கும்
    நிலவோடு நான்
விண்ணில் தவழும்
    விண்மீனோடு நான்
பசுமை கவரும்
    வனத்தோடு நான்
அன்பு துளிர்க்கும்
    உறவோடு நான்
மொட்டு திறக்கும்
    தென்றலோடு நான்
மழைத்துளி விழும்
    மண்ணோடு நான்
வாசம் அழைக்கும்
    கனியோடு நான்
நீலக்கடலில் உதிக்கும்
    முத்தோடு நான்
துடுப்போடு நீந்தும்
    கயலோடு நான்
கயவர் காணும் சூர்
    கண்ணோடு நான்
தென்றல் தொடுக்கும்
    இசையோடு நான்
பொய்மை உடைக்கும்
    கவியோடு நான்

தனிமையில் இன்பச்
    சிறையோடு நான்
கற்பனை ஏந்திய
    கனவோடு நான்
இறைவன் படைத்த

இயற்கையே
உன்னோடு நான் !

-     ம. சுதா

சொல்லொன்னா இனிமையே

காய்த்த மரக் கல்லடியாய்
காய்ந்த மரக் கார்மழையாய்
ஏய்த்த மனக் காதலனாய்
சோரும் உயிர்க்கு உற்றவனாய்
பார்த்த பார்வைக்கு ஆதாரமாய்
கோர்த்த வார்த்தைகளுக்கு சாட்சியாய்
உணர்ந்த உணர்வுக்கு உச்சமாய் நீயும்
மறந்து விடுவாயென்கிற அச்சத்தில் நானும்
அசையாமல் உன் அச்சுப்போன்ற
இசைமிகு பேச்சைக் கேட்டு
மெச்ச விளைந்து மெய்மறக்கிறேன்...
உன் விழி பார்த்த அக்கணம்
என்னவென்று செய்மறக்கிறேன்...
உன் விரல் தீண்டிய அச்சமயம்
இமயம் வரை இலகுவாய் பறக்கிறேன்...
இவையனைத்தையும் உன் நண்பனெனக் கருதும்
இனியவள் உன்னிடம் அன்பாகக் கூடும்
இனிய நாளைக் குறிக்க
இதயச் சிறையில் இடம் தருகிறேன்...

- தமிழ்ச் சேவகிதசிந்துகவி .

கிழிசல் தைப்பான்

வயலில் விளைந்த இதனைக் கொண்டு,
பதமாய் திரித்திட வருவது நூலே,
அதனைப் பண்படுத்த வருவது ஆடையே,
இதனை மானம் மறைக்க உடுத்தியே,
தொடங்கி யிருந்தான் நாகரீகப் பேச்சை,
இங்கோ மனத்துள் விளைந்த சொற்களை,
பதமாய் அணிசெய்ய வருவது கருத்தே,
அதனைப் பண்படுத்த வருவது நூலே,
துணியின் கிழிசல் தைத்திட உதவும்,
காதுள்ள ஊசியும் கறையற்ற நூலுமே,
அதுபோல மனதின் கிழிசல் தைத்திட,
கருத்துகள் பொதிந்த காகிதக் கூட்டம்,
காந்தம் போல வந்திடுமே நூலாக,
புத்தகம் என்பதோ அதனைப் படைத்த,
படைப்பாளி அவனது நகலே யாகும்,
வாசிப் பென்பது தேர்ந்த நூலினது,
ஆசான் அவருடன் கலந்திடும் தருணமே,
பயணத்தின் பாதியில் வந்திடும் நட்பு,
நகமுஞ் சதையு போலிருந்திட வேண்டுமோ?
அன்று, காகிதத்தில் கருத்தாகி யிருக்கலாம்.

- இர. கந்தவேல் பிரபாகரன்

நூல்களை (சு)வாசிப்போம்

இல்லத்தின் இருள் அகன்றிடும்
விளக்காலே
நம் இருதயத்தின் இருள்
அகன்றிடும் வாசிப்பாலே
வாசிக்காமல் மளர்வதேது அறிவு
புத்தகத்தை சுவாசிக்காமல்
வாழ்வதே வளர்ச்சிக்கு முறிவு
பொது அறிவு பெட்டகமாய்
மாறிடவே நீ வாசி
பொன் போன்றே புத்தகங்களை
நீ நேசி
பள்ளி பருவத்திலே
பாட புத்தகங்களின் வாசிப்பு
சரித்திரத்தையும் தொட வைக்கும்
வாசிப்பு சாதிக்க வழி வகுக்கும்.
வாழ்நாள் முழுவதும் வாசிப்போம்
அவ்வாசிப்பை நேசிப்போம்.

-   கொளத்தூர் உதயன்

கனவுகள்

கனவே! உன்னைக் கண்டுபிடிக்க
எத்தனை நாட்கள் நான் அலைந்தேன்;
இறுதியில், தேனைக் கண்ட தேனீபோல
மனம் என்னும் பூஞ்சோலையில் கண்டேன்;
உன்னை அடைய வழிகள் தெரியாமல்
வலிகளுடன்,காற்றைப் போல வளம்வந்தேன்;
இன்னும்,மேகத்தில் தவிழ்ந்து,வனத்தின்
ஆரம்பம் முதல் எல்லைவரை பயணம் புறப்பட்டேன்;
உன்னை அடைவேன் என்ற நம்பிக்கையில்
உயிர் வாழ்கிறேன்!உன் நினைவுகளுடன்!!

-   மு. உமல் ஹபிபா

லவ்யூ புத்தகமே

எத்தனையோ கண்டுபிடிப்புகள் உலகை வலம் வர
அதில் சிறந்ததெதுவெனக் கேட்டால் நீயென்பேன்!
என் அறிவுப்பசிக்கு அறுசுவை உணவு நீயென்பேன்!
யாரைக் கரமேந்துகையில் உள்ளிருந்து அன்பு
ஊற்றெடுக்கிறதென்றால் அது நீயென்பேன்!
எந்த வாசனை நாசியில் பரவுகையில் புத்துயிர்
எய்துவேனென்றால் அது உன் வாசனை என்பேன்!
என் தனிமைப் பிணிக்கு அருமருந்து நீயென்பேன்!
தலைசிறந்த காதல் எதுவென்றால் அது உன் மீது
கொண்ட காதலென்பேன்!
சிந்தனையைக் கிளறி சிறப்பிடம் எய்துவதில்
சிறந்தவன் யாரென்றால் நீயென்பேன்!
உயிரான உறவுகள் உதறித்தள்ளிய வேளைகளில் நான்
தோள்சாயத் தேடிய துணை நீயென்பேன்!
ஆழ்கடலும் உறங்கும் அர்த்த யாமப் பொழுதுகளில்
எனதிரவுகள் விழித்திருக்கக் காரணம் நீயென்பேன்!என்
இரசனைகளின் உயரிய தூண்டுகோல் நீயென்பேன்!
கற்பாறையாய்க் கிடந்த என் எழுத்துக்களை ஊரறியும்
சிற்பமாய்ச் செதுக்கிய உளி நீயென்பேன்!
நீயென்பேன்! நீயென்பேன்!
தீராக்காதல் தீராப்போதை அத்தனையும் தாண்டி என்
வாழ்வே நீயென்பேன்!
என் யாக்கை அழியும் வரை உன்னைக் கைவிட
மாட்டேன். இது சத்தியமென்பேன்!
லவ்யூ புத்தகமே!

- கை. பிரியா(சகி)

என்னோடு நீயே

வாழ்க்கை காட்டும் வரிகள்
என் நிம்மதி நீயே!
என் மகிழ்ச்சி நீயே!
என் கனவுகள் நீயே!

என்றெல்லாம் ஒட்டு மொத்தம்
நீயே!
கவலைகள் கரைப்பதும்
நீயே!

என் அடையாளம் நீயே!
என் உடன் பிறப்பும் நீயே!
காலம் காட்டும் கண்ணாடி நீயே!

நட்பும் நீயே!
நேரங்கள் மறையும்
புத்துணர்ச்சி நீயே!

உறங்கும் நேரமும்
உன்னோடு!
உறக்கம் கலைத்து
பேசும் உறவும் நீயே!

என் வெற்றியின்
ரகசியம் நீயே!
இன்றும் என்றும்
வாழ்க்கை உன்னோடு தான்!

தோல் தட்டும் தோழன் நீயே

தலைக்குனித்து உன்னை
கண்டதால் என்னவோ
இன்று நான் தலை நிமிர்ந்தேன்!
தனிமையும் இனிமை நீயே!
என் தன்னம்பிக்கை நீயே!
எனக்கு அரவணைப்பு
காட்டும் அன்னையும் நீயே!

- இரா. கலைவாணி எம்., ஏ

இந்த பூக்கள் விற்பனைக்கு இல்லை

விலைபோகாத பக்கங்கள் எல்லாம் விற்பனையில் அடங்காத
வைரகற்களாகத்தான் இருக்கவேண்டும்!
படைப்பாளியின் முதல் பயணம் பட்டறிவாகத்தான்
இருக்க வேண்டும்!
பட்டதாரியெல்லாம் படைப்பாளி ஆகிவிட முடியாது!
பாமரனெல்லாம் பண்டிதன் ஆகிவிடமுடியாது என்ற
மூடத்திற்கு முற்றுப்புள்ளி வைத்தது கற்பனை!
ஹைக்கூ கவிதை சுருங்கச் சொல்லி விளங்க
வைக்கும் !
புதுக்கவிதை சீர் பிரித்து
சித்திரம் படைக்கும் !
மரபுக் கவிதை மட்டும் மரபணுக்களோடு மட்டில்லா
இன்பம் பயக்கும்!
ஏதோ ஒரு எழுத்து ஏதோ ஒரு வாசகம்
ஏதோ ஒரு வாக்கியம் ஏதோ ஒரு வசனம் ஏதோ ஒரு
கவிதை

எவனோ ஒரு கவிஞன்
இவன் அல்லவோ கவிஞன் இதுவல்லவோ புத்தகம்!
என்று நம்மை அறியாமல்
நாம் வாழ்த்தும் அந்த ஒரு நாழிகை வாயுறை வாழ்த்து
தான்!

எங்கேயோ இருக்கும் படைப்பாளிக்கு
நாம் இங்கிருந்து அனுப்பும்
நம்மாளான படையல்
அதுவே அவனுக்கு
மிகப்பெரும் புதையல் !
அது போதும் அவனுக்கு!
அதுவே அவனை மிகைப்படுத்திவிடும்!
ஏட்டுச்சுரைக்காய் கறிக்கு உதவாது !
பட்டறிவில்லாத படிப்பறிவு
குப்பைக்கு சமானாம்!

-       **பா. கவுசிகா(பார்கவி)**

காகித காதல்

ஒற்றை வரியில்
    என்னை கவர்ந்த, காகிதம் ஒன்று
    இப்போ நட்பு
உறவாக பயணிகிறது,
    என் வாழ்வியல் பயணதில் கிடைத்த
    அற்புத பொக்கிஷமாக நூல்கள்
    கிடைத்ததால்
நான் என்னை மறந்தே
    வாழ்கிறேன் காவிய காகிதம் என்னை
    காதலித்து வருவதனால்....

- நாமக்கல் செந்தில்

ஏன் இந்த மயக்கம் உன்னிடம்

காலை எழுந்தவுடன்
உன்னிடம் வரும் கால்கள்
உன்னை தடவும் என் விரல்கள்
ஏன் இந்த மயக்கம் உன்னிடம்..

நாளின் பெரும்பகுதியை
உன்னிடம் அடகு வைத்து விட்டேன்
என்னை பெற்றவர்களிடம் திட்டு வாங்கினாலும்
ஏன் இந்த மயக்கம் உன்னிடம்..

அறிவு வளர்க்க பெரிதும்
உதவுகிறாய் நீ
தவறான ஆட்களால் இழிபெயரும்
எடுகிறாய் நீ- இருந்தும்
ஏன் இந்த மயக்கம் உன்னிடம்...

என் பள்ளி கல்லூரி தோழிகளுடன்
தொடர்ந்து பேச நட்பு பாராட்ட
முகம் காண உதவுகிறாய் நீ
எவரிடமும் செல்லாத என் மனம்
உன்னிடம் சென்றது எதனால்
உன் உதவிகளாலா

நீ பல திறம் கொண்டவனாதலாலா
என்னை மகிழ்விப்பதனாலா
எல்லாவற்றிக்கும் பதில்
சொல்லும் நீ

பதில் சொல் என் கேள்விக்கு
ஏன் இந்த மயக்கம் உன்னிடம்..
என் திறன்பேசியே..

- **இ.பு. சாருலதா**

புத்தகத்தை வாசிப்போம் புத்துணர்ச்சி சுவாசிப்போம்

புத்தகமே நீ தான் மனிதனின் சிறந்தொரு வழிகாட்டி
உன்னை தலை குனிந்து பார்த்தால் தான் மனித
வாழ்க்கையோ தலைநிமிர நேரிடுகிறது
உற்ற நண்பன் என்பதைவிட மனித உயிரின்
ஒரு பாகம் என்றே கூறலாம்..
காலத்தையும் உணர வைத்தாய்
அறியபல செய்திகளையும் அறிய செய்வாய்..
பிறந்து கொண்டே இருப்பாய்....
இறப்பு என்பது உனக்கு இல்லை
சாமானிய மனிதனையும் சரித்திரம் படைக்க வைப்பாய்
பல செய்திகளை கொடுப்பாய் கதையாய் கற்பனையாய்
உன் பிறப்பு பல வடிவங்களில்
சுவாசிக்கச் செய்கிறாய் மனிதனை ஒரு சில
கருத்துக்கள் மூலம்
உணர வைக்கிறாய் மானிடப் பிறவியின் நோக்கத்தை...
எளிய தோற்றத்தைக் கொண்டு அனைவரையும் உன்
பக்கம் நேசிக்க வைக்கிறாய்..

-   கவிஞர் மகாலட்சுமி ராக்கியப்பன்

என் நிழல்காண் கேடயம்

எட்டுதிக்கும் உச்சி தொட்டு
உயர்ந்து நிற்கும் உன்னை
என் நாவால் பாடி நனைக்கும்
யோகம் - நனிஇதழில் கலக்கட்டும்!

எங்கும் நிசப்தமாகி
யாவும் அமைதி பூண்டு
தனிமையின் கடலில் தத்தளிக்க
கரம் கொண்டு தூக்கி
கலக்கங்களை துடைத்து - துணை நின்று
போதிக்கும் என் உற்ற பாங்கன்
நீயல்லவோ - என் அமுதே!

தெரியா வனங்கள்
வெளி வரா சமூக சிக்கல்கள்
விழிகளை நனைக்கா வெண்பனிகள்
நெஞ்சத்தை கிள்ளாதோ உன் மொழிகள்!
என் நிழல்காண் கேடயமே
என்னில் புதைந்த என்னை தோண்டி
தங்கத் தட்டில் கமலத்தில் ஏற்றி
வளியோடு பறந்து மெய்
எடையெல்லாம் குறைந்து
அம்புலிக்கு போட்டியாய்
அழகு மனம் ஒளிர்ந்து பாடுகிறது!

சிந்தையில் கலந்து - என் சிதைவுகளை தடுத்து
உன்னோடு நான்
உனை காக்க நானென்று
என்னோடு வாழும் - என்
புத்தகங்களே! வாசிப்புகளே!
நீயின்றேல் இவள் உலகம் வெறுமையே!!

- மோ. திவ்யாராஜ்குமார்

பால்ய சிநேகிதி

பிஞ்சில் தவழ்ந்து நாள்
உன்னோடு ஆரம்பம்
தேடல் பல கொண்ட கிளிகளின் கூட்டிலே நான்
அடைந்து கொள்ள ஆர்வம் காட்டினேன்!

அத்துணையும் அனுபவங்கள் புதைத்த
புத்தகங்கள் பலக் கொண்ட தொகுப்பு
அன்றாடம் பகிர்ந்தே மகிழ்ந்தாய் என்னோடு!
விவசாயம் முதல் இடுகாடு வரை துணாக
உடனிருப்பவளே!

தன்னலம் இல்ல நெஞ்சத்திலே என்னை
பூட்டிக்கொண்டாய்!
உன்னைப்போல் என்னையும் மாற்றி
அணுஅளவும் என்னை தனிமையில் உணராமல்
கரங்களோடு புரண்டாய்!

இருளின் ஒளியாய் புதுப்புது நாடகங்கள் புரிந்தாய்
என்னவென்று சொல்வதம்மா நின்னைப்போல்
ஓர் பொக்கிஷம் எங்கும் நான் காணேன்!

- மயூரம்

கதைத்ததால் காதல்

முன்னுரையில் பேசி
முடிவுரையில் தொடங்கும் நம் சிநேகம்

வேலைகள் ஆயிரம்
இருப்பினும் உன்னோடு
கதைக்கும் தருணம்
தவறாமல் நிற்கும்
என் கண்முன்..

உலகத்தையே உன்னுள் பதித்து
பனித்துளிபோல்
அடக்கம் கொள்ளும்
அந்த அழகினை ரசிக்கும் ஒவ்வொரு வாசகனும்
உன்னை கவிதை படைக்க ஏங்குவான் ..
என்றும் என் மௌன மொழிக்கு ராகம் பாடும் என்
மௌனராகம் நீ மட்டுமே .....
சிரித்ததும் உன்னோடுதான் சிறு கண்ணீரும்
உன்னோடுதான் நீ காட்டிய காவியங்களால்

முகம் அறியா முதல்வரின் முகத்தை
பார்த்ததும் உன் மேடையில் தான்..
பெயர் அறியா சினேகிதியின் கவிதையை கண்டதும்
உன் கண்களில் தான்..
பாட்டினால் மனதில் பதிந்த பாரதியின் மதிப்பை
பெருக்கியதும்
நீ தான் ..
கலாமின் கதையை
கண்முன் கதைத்ததும்
நீ தான்...

பல இடம் போகிணும்
என் மடியையே யாசிக்கும் உனக்கு ஏழேழு ஜென்மமும்
நான் வாசகனே....

- ந. பவித்ரா

மாய வித்தகி

மண்ணில் விழும்
முதல் மழைத்துளியாய்
உன்னை நான் கைகளில் ஏந்துவேன்!

பூ விரல் கொண்டு
உன் மெல்லிதழ்களை
இதமாய் வருடி இன்பம் காண்பேன்!

நூல் இடையில் நழுவி
விண்ணில் பறப்பேன்
உன்னில் என் உலகை தொலைப்பேன்!

இரவோ
பகலோ
வெயிலோ மழையோ
நம் நேசம் படரும் பசுந்தளிராய்!
இறப்பும் பிறப்பும்
நம் வரையில் தினமும் நிகழும்
ஒவ்வொறு கணமும் அழகாய் கனியும்!

அப்படியென்ன மாய வித்தகியோ
என் கவலைகளைத் திருடி
தொலைத்து விடுகிறாய்!

கைகள் கோர்த்து
கடினப் பாலைகள்
துயர தூசிகளைக் கடந்து வரலாம்!

கானகங்கள் தாண்டி
மலைகள் தீண்டி முகிலில் நுழைந்து
வானவில்லை கட்டி வரலாம்!

உற்ற நண்பனாய்

உயிர் தோழியாய்
உடனிருக்கும் புத்தகமே!
மாவீரர்களைப் போர்களங்களை
நாகரிகங்களை மனிதன் வந்த
சுவடிகளைக் காட்டும் அரிச்சுவடியே!

பொத்தகமே உனை மார்புறத்
தழுவி மீளாத் துயிலில்
விழுந்தால் என்ன?

உன்னோடு இல்லாத நாட்கள்
உயிரற்ற வீண் நாட்கள்
உறவாடுவோம் நாளும் நாமே!

- சீ. மோகன் ராஜ்

புத்தகம் என்னும் நண்பன்

குரலின்றி பேசும் தன்மை கொண்டாய்...
குறையின்றி அறிவுரைகள் பல தந்தாய்...
மனதின் தீராத எண்ணங்கள்...
எல்லாவற்றுக்கும் கொடுத்தாய் வார்த்தை வண்ணங்கள்!
வாழ்க்கையின் கருப்பொருளை, சில வரிகளில்...
அழகாய் எடுத்துரைத்தாய், சில நொடிகளில்!
காயம் கொண்ட மனதையும், இனிய வார்த்தை
கொண்டு...
அழகிய அறிவுரைகளை கொண்டு...
இனிதே ஆற்றும் மருத்துவ குணம் கொண்டவள்!
பல அறிஞர்களின் அரிய கருத்துகள் கொண்டவள்!
இத்தகைய தன்மையுடைய புத்தகத்தை நான்
நேசிக்காமல் இருக்க கூடுமா?
இல்லை அதை வாசிக்காமல் இருக்க தான் முடியுமா?
உன் குரலை என் மனதின் குரலாக கேட்டு...
உன்னையே என் நண்பனாக மாற்றிக் கொண்டேன்!
என் துன்பங்களை இன்பங்களாக மாற்றி...
என் மனதை புண்படுத்தாமல் தேற்றி,
என்னை வாழ்வில் உயர செய்த உனக்கு
நான் என்ன கைமாறு செய்வேன்?
என் தனிமையை இனிமையாக மாற்றி,
தோழன் போல் எனக்கு கைக்கொடுத்த உன்னை...
என் வாழ்நாளெல்லாம் என் தோளில் சுமப்பேன்!!

- **வி. அபிஷா**

புத்தக ஆசான்

உன்னோடு நான்
என்று தானே
தொடர்கிறது
ஒவ்வொரு நாளும்...
என் தனிமையின்
ஒவ்வோர் இரவும்
துணையாய்
வருகிறாயே..
என் புத்தக நண்பனே...
பார்த்து கிடைத்த அனுபவம் சிறிதே..
உன்னை படித்து கிடைத்த
அனுபவம் தான் பெரிது...
ஒவ்வொரு பக்கம் என
திருப்பிடும் தருணங்களில்...
எதிர்பார்ப்பும்
ஆர்வமும் கூடிடுதே..
இன்னும் இன்னும்
என்று என் அறிவை
பெருக்கிட செய்கிறாயே...
எனக்கான பக்குவம்
கற்று கொடுப்பதில்
உனக்கு தானே பெரும் பங்கு...
உன்னால் தானே நான் இந்த
இயந்திர உலகில்
இயல்பாக நடை போடுகிறேன்..
அவசர உலகின் அவசியத்தையும்
அறிய செய்தது நீதானே...
நீயின்றி நானும்
நடை பிணம் தானே...
உலகத்தையே உன்னுள்
அடக்கிய பின்னும்
கர்வம் இல்லா
உன்னில் தானே
ஆச்சரியம் கொள்கிறேன்...

திறந்த புத்தகமாக நான் இருக்க
எண்ணினாலும்...
மௌனத்தோடு பலரும்
என்னை படித்திட தானே
ஆசை கொள்கிறேன்...
என் பல வேதனை நொடிகளையும்
களைவது உன் பக்கங்களில் தானே...
எல்லா உணர்வுகளையும்
உன்னுள் வைத்திருப்பது
விந்தையிலும்
விந்தையடா...
நீ எனக்கு கிடைத்திட்ட
வரமடா....

-    **இயற்கையின் காரிகை**

களிப்பில் மிதக்கிறேன்

கோடையில் கோலமிட்டு
வாடையில் ஜாடை காட்டி
குளிரில் இதயம் எல்லாம்
மிளிர வைத்தாய் மின்மினியாய்
வசந்தமாய் வண்ணமயமாய்
இசைந்தாய் என்னுள்ளே
உன்னுடைய ஒவ்வொரு எழுத்துருகளும்
உறக்கத்தைக் கலைக்கும் உள்ளுணர்வுகள்

கோடை சுட்டெரிக்க
வாடையில் நடை நடுங்க
குளிரில் தேகம் சிலிர்க்க
வசந்தமெல்லாம் வேனிலாய்
வாட்டி எடுக்க உன்னினைவுகள்
இலையுதிர் காலமாய் என்னுள்ளே
இலை இலையாய் உதிர்ந்து கொண்டே
இடையிடையே எத்தனை எத்தனை
எதுகை மோனைகள் கொண்டே
எடுத்தலாக்கிய வரிகள்!

பருவம் எல்லாம் மாறி மாறி
பயணங்கள் செய்ய நானோ
பாதை மாறிய போதெல்லாம்
பயணகாதலனாக என்னுடனே
பயணம் செய்கிறாய் நீ!

உயிர்மெய் கொண்ட உன் அன்போ
உதிராமலே உதிரம் கொட்டக் கொட்ட
உள்ளுக்குள்ளே உறவாடியே
உறைந்த பனியாகவே என்னுள்ளே
உருகாமலே உருகிக் கொண்டே !

உன்னை வருணிக்கத் தான் எத்தனை
உருவக வடிவங்கள்
கவிதை கட்டுரை கதை கடிதம்
கணக்கிலடங்காதவை அவை
கண்டே வியக்கிறேன்!
களிப்பில் மிதக்கிறேன்!

- பூவன்

என்னுள் வசிக்கும் நாயகன்

என் மொழிகளை - உன்
மொழிகளாக்கியவன் நீ
என் மகிழ்வை - உன்
மகிழ்வாக்கியவன் நீ
என் மனவேதனைகளை
புரிந்துகொள்பவன் நீ
என் உள்ளுணர்வுகளை
மதிப்பவன் நீ
என் திறமைகளை
வெளிக்கொணர்பவன் நீ
என்னை தட்டிவிடும் பலரினுல்,
என்னை தட்டிக் கொடுத்து
உயர்த்தியவன் நீ
தொலைதூரமும்
தோற்றுபோனது
உன் தொலைநோக்கு
பார்வையினால்
என்னுள் வசிக்கும் நீ,
எந்நாளும் வசிக்க
காத்திருக்கின்றேன்
உன்னோடு நானாக!

- செல்வமணி .ஏ

சுமையல்ல சுகம் தான் புத்தகமே

இதோ எனக்கொரு கவிதை
என்னில் வாழும் உனக்காய்
ஒரு கவிதை!

இன்று தலைகுனிந்து
உன்னை பார்ப்பதினால்
நாளை என்னை
தலைநிமிரச் செய்வாய்
என் புத்தகமே!

உன்னை சுமப்பதினால்
என் கற்பனை சிறகுகள்
வானில் சிறகடித்து
பறக்கின்றன! என் புத்தகமே!

நான் உன்னை விட்டு
சென்றாலும் நீ என்னை
தினமும் தொட்டு செல்கிறாய்!
என் புத்தகமே!

நான் பிறந்தது முதல்
என் அன்னைக்கு அடுத்து
நான் தவழ்கின்ற மடி
உன்மடியே !
என் புத்தகமே!
என்னை தாங்கி தேற்றி
எனக்கொரு இன்னொரு
தாயானாய் என் புத்தகமே!

என் தூக்கமில்லா இரவுக்கு
கனவு தந்தாய்!

என் மனதின் மன இருளுக்கு
ஒளி தந்தாய்! என் புத்தகமே!

நீ சுமைதான்!
என் சுமையை
சுமந்த சுமைதான்!
என் புத்தகமே!

உன்னை நேசிக்க மறந்தவர்கள்
இம்மண்ணில் சுவாசிக்க
மறந்தவர்கள் தான்!
என் புத்தகமே!

ஆம்! உன்னிடம் ஒன்று
கூற வேண்டு ம்!
என் மனதால் உன்னை
நேசிக்கிறேன்! நான்
இம்மண்ணில் வாழும்
வரை உன்னை சுவாசிக்கிறேன்!
என் புத்தகமே!

யார் தடுத்தாலும் இந்த
நேசிப்பு நிற்காது!
ஒரு வேலை
நின்றிருந்தால்
அன்று
என் இயக்கமும்
உன்னுடன் நின்றிருக்கும்!
என் புத்தகமே!

சிலப்பதிகார
பேசா மடந்தை
கண்ணகியென்றால்

என்னுடன் பேசும் கலைமடந்தை
நீயே! என் புத்தகமே!

- சோ.அனிதா

வாசிப்பை நேசிப்போம்

சங்கத்தமிழ் நூற்களையும் சமமாய் ஏற்போம்
   சான்றோர்கள் கருத்துகளையும் சரியாய் கற்போம்
தங்கத்தமிழ் விரிந்திருக்கு தரணி யெங்கும்
   தமிங்கிலத்தை ஒழித்திடுவோம் தமிழைப் போற்றி
எங்களுடைய செம்மொழியை எழுதிப் படித்தால்
   எல்லாமே பெற்றிடலாம் எழுத்தாய் சூடி
கங்கையாய் உருண்டோடு கல்வியைத் தேடி
   கற்றோர்கள் வழியெங்கும் காற்றாய் நாடி!

ஏட்டினிலே நிறைந்துள்ள எழுத்தை யெல்லாம்
   ஏற்றிடுவோம் மனதினிலே ஏக்கம் போக்க
வீட்டிலுள்ள அனைவருமே விரும்பி கற்றால்
   விளக்காகும் வாழ்வெல்லாம் விடியல் தந்தே
நாட்டிலுள்ள பண்பாடும் நலிந்துப் போக
   நாகரிகம் வாழ்விடமும் நடிப்பாய் மாறி
காட்டிலுள்ள விலங்காக கற்க மறந்தோம்
   கால்பதித்த தடமெல்லாம் கல்வி வேண்டும்!

சீர்படுத்தும் நூற்களையும் சிந்தை யாக்கு
   சீர்மிகுந்த சமுதாயமே சிந்தி கொஞ்சம்
ஏர்பூட்டும் உழவனுக்கும் எடுத்து சொன்னால்
   எதிர்காலம் வளமாகும் எழுத்தைக் கற்றால்
ஆர்பரிக்கும் புத்தகத்தை அழகாய் ஏற்றால்
   ஆகாயமாய் விரிவாகும் அறிவும் கூட
பாரெங்கும் போற்றிடுவார் பண்பைக் கண்டு
   பனையாக உயர்ந்திடவே படிப்போம் வாரீர்!

- திரு.இரா. பாண்டியராஜன்

பனுவலைக் கற்போம் பாதை வகுப்போம்

துன்பத்தில் அகப்பட்டு துடிக்கும் மனிதா
    துயரத்தைப் போக்கிடவே தொடர்ந்துக் கற்போம்
பொன்னான நேரத்தைப் புத்தகத்தில் தைத்தால்
    புதைந்துள்ள வரலாற்றைப் புரட்டிக் கொடுக்கும்
உன்னாலே விடியட்டும் உலகம் எங்கும்
    உயிருள்ள பனுவலையும் உணர்ந்துப் படித்தால்
இன்பத்தில் மகிழுட்டும் இரவும் பகலும்
    இதயத்தில் குடியேறி இனிமைப் பாடுமே!

எத்தனையோ நூல்களுண்டு எடுத்துப் படிக்க
    எழுந்துவாங்க நண்பர்களே என்னைப் போல
அத்தனையும் புதைந்திருக்கு அருந்தமிழ் ஏட்டில்
    அனைவருமே ஏற்றிடுவோம் அறுசுவை யாக்கி
நித்திரையை மறக்கடிக்கும் நினைவில் வைத்தால்
    நீடோடி வாழ்ந்திடலாம் நிலவில் கூட்டாய்
முத்திரைகள் பதிக்கலாமே முத்தமிழ் கற்றால்
    முன்னோர்கள் அள்ளிவைத்த முக்கடல் சொத்தே!

எண்ணத்தை ஒழுங்காக்க எத்தனை யோடுகள்
    எழுந்திருக்கு காலமெல்லாம் ஏற்றம் போக்க
கிண்ணத்தில் ஏந்திடுவோம் கீழ்க்கணக் கினையும்
    கீழ்மக்கள் எண்ணத்தைக் கிளையாய் மாற்றிட
அண்டத்தில் பிறந்தவர்கள் அறிவில் சிறக்க
    அனுதினமும் நூல்களையும் ஆவலாய் ஏற்போம்
வண்டமிழின் பனுவலையும் வகுத்துப் படித்தால்
    வரலாறும் பேசிடுமே வாழ்க்கைப் பூத்தே!

- செல்வி.பா. ஜெயபிருந்தா

புகழ் பூக்கும் புத்தகம்

வலிகள் வாட்டிய போதெல்லாம்,
உன் வரிகள் வாழ்க்கை கொடுத்தது.
கனவுகள் கலைந்த போதெல்லாம்,
உன் கதைகள் கருப்பொருள் கொடுத்தது.
என் உறவுகள் உதாசின படுத்திய போதிலும்,
என் உணர்வுக்கு உணவளித்தது நீயே!
பலர் என்னைக் காயப்படுத்திய போதிலும்,
என் பலமாய் நின்றது நீயே!
துயர் கொடுக்க
தடைகள் இருப்பினும்,
தடம் பதிக்க சொன்னது நீயே!
பழி சொல்ல பலர் இருப்பினும்,
வழி சொன்னது நீயே!
பலரை படித்து பயம் உற்றேன்,
உன்னை படித்து பலம் பெற்றேன்.

- பு. அஸ்வினி பிரியா

புத்தக நண்பன்

நான் மனமுடைந்த நொடியெல்லாம்
உன்னை திருப்பி கொண்டே இருக்கின்றேன்
உன்னை திருப்பும் ஒவ்வொரு நொடியும்
ஏதோ ஒன்றை கற்கின்றேன்
உன்னோடு ஒரு அனுபவம்
உன் பக்கங்கள் தரும் அனுபவம்
அதில் பல உருவங்கள் தனி அனுபவம்
அத்தனையும் என் சிறந்த பொக்கிஷம்
என் அறிவை வளர்க்கும் ஒரு ஆயுதம்
என்னை அமைதி படுத்தும் ஒரு மருந்து
நீயே என் சிறந்த நண்பம்
என் இனியதொரு புத்தகமே!!

- லெ. ஜெயப்பிரியால

கனவுப் புத்தகம் கற்றுத்தந்த பாடம்

பல நாள் கனவாக இருந்த புத்தகம்!
உண்மையில் கையில் கிடைத்தது!
தொட்டேன்!
மெய்சிலிர்த்தது!
திறந்தேன்!
சுகம் இன்னதென்று எனக்குப் புரியாத மணம் தந்தது!

புத்தகத்தின் பக்கங்களைப் புரட்டினேன்!
என் சேய் சிரிக்கும் சத்தம் செவிகளில் பந்தாடியது!

புத்தகத்தை வாசித்தேன்!
இல்லை!
புத்தக சுவையை பருகினேன்!
நான் சேயாய் இருந்தபோது சுவைத்த தாய்ப்பாலின்
சுவை மீண்டும் நாவில் நடனமிட்டது!
ஒன்றோ! இரண்டோ! நாட்கள் அல்ல.,
திங்கள்கள் கடந்தது!

நான் புத்தகத்தோடு இடைவிடாமல் உரையாடினேன்!
எண்ணற்ற கேள்விகள்! புரியாத புதிர்கள்! மனதில்
மையமிட்டன!

வாழ்வின் அர்த்தத்தை உணர்ந்து கொண்டேன்!
குறைகளை குருடாக்கினேன்!
நிறைவானவகைகளுக்கு பார்வை அளித்தேன்!
வாழ்வும் நிறைவானது!

- தூரிகா(மீ. அனு)

தங்கப் பெட்டகம்

குனிந்து பார்த்த தங்கக் குவளையில்
கற்(எழுத்து)கள் எல்லாம்
பெரும் உயரத்திற்கு அடுக்கி
கிறுக்கல்களைக் காவியமாக்கி
எண்ணங்களை எழுத்தாக்கி
கர்பனையினை கதை களஞ்சியமாக்கி
விழ்வியலுக்கு உரையாகி
மணிக்கட்டுடன் மணிக்கணக்காய் இயக்கி
சிரத்தினை உயர்த்தி
படிக்க வைத்து
சிந்திக்கப் செய்து
சிறு பத்தி இயற்றி
உயர்வு பல கண்டு
வாழ்வியலுக்கு உரையாகி
உருமாற்றம் அறியப்பட்டு
திருக்குறளாய் தித்தித்து
சிலப்பதிகாரமாய் சுழன்று
தேனாய் தேவாராமாம்
தெளியா நிலையாம்
தெளிய வைத்து
எண்ணற்ற எண்ணங்களால் நிறைந்து
நம் தாய்மொழி நடையாம்!
ஓங்கி உயர்கின்றது!

- **கவியின் காதலி**(ப. ஹரிணி)

உன்னிடம் மயங்கினேன்

தேடலில் தேடிய பயனாய்
தேகம் சிலிர்க்க வைத்தாயே

மணி முத்துக்களாக எழுத்தும்
வரிகளில் ஆட்கொள்ளும் கருத்தும்
விதவிதமான ஆச்சரியமாக விருந்தாக
பல எழுத்தாளரை சொந்தமாக்கினாயே

விசித்திரமும் நிகழுமென
விஞ்ஞானமாய் விளக்கினாயடி

இன்பம் பகிர தோளும் நீயடி
துன்பம் நேர ஆறுதலும் நீயடி
பகடையாய் என்னை உருட்டுவிப்பதும் நீயடி

தீராத போதையடி நீயெனக்கு
உன் அடிமை வாசகியாக நானுக்கு

அழகோ அழகோவியமோ எழுத்துலகில் கற்பனையாக
வலம் அழைத்து சொன்றவளே

நின் அழகை வர்ணிக்க
வார்த்தைகளும் மதி மயங்கி
தடும் மாறி தடம் மாறுகிறதேனோ..!

- **தேவிகா**

என்முதல் காதல்

ஏழ்மையில் நான்வாழ, எளிமையை நான்தேட,
என்னுள் தோன்றியதே என்முதல் காதல்..
தனிமையிலும் சரி, தீராத தளர்வுகளிலும் சரி,
உனைபுரட்டிப் பார்த்த என் மனமோ இலகுகிறது
என்காதலின் இலக்கணம் உன்னுள் புதைக்கப்பட,
அதைமீட்டெடுக்க முயல்கிறேன் அன்பே உன்
காதலனாய்
காலங்கள்கடந்து என்கவியின் பொருளாய் நீ இருப்பின்,
கதைக்கிறேன் அன்பே உன்னோடு நான்!.

- ச. பாலகுமார்

புத்தகப் பிரியை

என் தனிமையை இனிமையாக்கிய
என் தோழி இவளோ..
புத்தகம்!
உன் கரம் பிடித்து
நடைபயிலும் கைக்குழந்தை(சேய்)
நானல்லவோ!
என்னை வழிநடத்தும்
சிறந்த வழிகாட்டி(தாய்)
இவளல்லவோ!
புரட்டிய பக்கங்களெல்லாம்
புதினங்கள் தான்!
ஆம்!
இவள் புதுமைக்காரிதான்!
பேனா மைகொண்டு
எழுதப்படாத உணர்வு
இவள்(புத்தகம்)!
பலரின் சரித்திரம் சுமக்கும்
இவளின் காதலியாய் நான்!
என் சரித்திரத்தையும்
அவள் மனமென்னும் பக்கங்களில்
என்றாவது ஓர் நாள்
சுமந்திடுவாள் எனும் ஆசையில்
நான் அவளின் பிரியையாய்!
புத்தக பிரியையாய்!

- கவிஞு பிரியா ராஜன்

புத்தகம் வாசிப்பு

உன்னில் இருக்கும்
ஒவ்வொரு வரிகளும்
என் வாழ்க்கைக்கு வழியாக
மாறியது

அச்சிட்ட வார்த்தையெல்லாம்
வாழ்க்கையின் அச்சாரம்

சந்தோஷத்தை உன்னோடு
பகிர்ந்துக்கொள்கிறேன்
சோகத்தை உன்னில் கரைத்து விடுகிறேன்

சொல்லி அழுத்திட
எனக்கென்று யாருமில்லா நேரத்தில்
உன் வரிகளில் எனக்கு ஆறுதல் கூறினாய்

தனிமையில் தவிக்கும்போது
தைரியம் தந்தாய்
முன்னுறையில் இருந்து
முடிவுரை வரை
முழுவதும் படித்தாலும்
முடிவில்லாமல் தொடர்கிறது அதன் நினைவுகள்

தாய்மடி போலவே ஆறுதல்
தகப்பனை போலவே தேற்றுதல்

என் வாழ்க்கை பயணம்
என்றும் உன்னோடு பயணிக்க வேண்டும்......

- மு. வள்ளி முத்துமாலை

புத்தகம் என்றும் என் வழிகாட்டி

தேனை சுவைப்பது போல் இருக்கும்
மணம் நிறைந்த ஒரு பூ போல்...
நேரங்கள் கழிவதே தெரியவில்லை உன்னை
சுவைக்கும் போது
மனம் சொல்லும் என்னை வாசி வாசி !!
எழுத்துக்கள் சொல்லும் உன்னை நேசி நேசி!!
இரண்டாவது கதவு மூடுவதற்கு முன் உன்னை புரிந்து
கொண்டேன்...
புத்தகம் இல்லை என்றால் வரலாறு இல்லை
வரலாறு இல்லை என்றால் புத்தகம் இல்லை
அமிர்தினும் அரிதான நீ
உனை சுவைக்க சுவைக்க தெகட்டாது !!!
வடிவமோ சிறிது அதன் கருத்துக்களோ ஆழமான
கடல் !!
என் நண்பராகவும் என் வழிகாட்டியாகவும் நீ
இருக்கிறாய்! இருப்பாய்! என்றென்றும்

- ர. ரேணுகா

என் நண்பன்

உன்னை(புத்தகம்) நேசிக்கவும் வாசிக்கவும்
என்னுயிர் ஏங்குகிறது....
நீ வாசிக்க வேண்டிய இசைக்கருவியல்ல,
யாவரும் சுவாசிக்க வேண்டிய மூச்சுக்காற்று....
வாழ்க்கையே வசந்தமாகும்
என் வண்ண புத்தகங்களைப் பார்த்தால்...
படித்த நூல்கள் சில,
என் எண்ணங்கள் மேலோங்கின பல,
இயற்கை வித்திட்டது,
என் ஒரு மனம் இணைந்த இணைநண்பன்.
அறிவுக்களஞ்சியமே என்னுயிர் நண்பனே...
நல்லொழுக்கம் கற்றுத்தந்து
தீயொழுக்கம் தவிர்க்க வைத்து
மரியாதை என்னும் உரம் ஊட்டி
படிப்பு என்னும் புத்தகத்தை நீராட்டி
என் வாழ்க்கை எனும் வளத்தை வளர்தாயே!

- **ச.அங்குலட்சுமி**,B.A.,

மறந்து போகாது

உன் கையில் கைகோர்த்து,
உன் விழியில்,
எனது விழி வைத்து கலந்த அந்த ஒரு கனம்.
எத்தனை பிறவிகளிலும்,
உனது உணர்வுகளின் நான் கொண்ட பரிவு என்றும்
மாறாது
நான் இருக்கும் வரையில் எந்த
ஒரு பிரிவினையும் நம் கனவில் கூட வரக்கூடாது.
நாம் உயிர் பிரியும் வேளையிலும், ஒன்றாக இறக்கும்
நிலை வந்தாலே போதும்.
ஒன்றோடு ஒன்று கலக்கும் சங்கமாய், நாம் இருவரும்
கலந்திருப்போம்.
மரணம் கூட நம்மை பிரிக்க யோசிக்கும்.
நாம் இருந்த அந்த தருணம்,
ஓர் அழியா காவியமாக என்றும் மறப்பதில்லை...
மறந்தும் போகாது...

- **க. மணிமேகலை.**

எல்லா பக்கங்களும்

துறக்கவுமில்லை
துறவிக்கென - நான்
பிறக்கவுமில்லை...

நாளும்
நல்குகின்றது ஞானம்
விரிந்திருக்கும்
போதிமரமெனும்
புத்தகம்...

இரு மகன்கள்
எனக்காகவ விழித்திருப்பர்
ஒன்று
எடிசன் மகன்
மற்றொன்று
எழுத்தாளர் மகன்

துச்சமென
தூறு செய்தோர்முன்
உச்சத்தில் - எனை
ஏற்றிவிட்ட எவரெஸ்ட்
என் நூல்கள்...

எல்லா பக்கங்களும்
என்னை புரட்டிப் பார்த்துள்ளன...

எல்லா பக்கங்களும்
என்னை பு(வி)தைத்துப் பார்த்துள்ளன...

அந்த
ஆற்றலில்
ஒட்டியிருந்த
சில நிஜங்களை
ஒப்பிக்கின்றேன்...

கடக்கவேயில்லை
கற்காலத்தில்
நான்

இலக்கண நீரோடையில்
இலக்கியப் பயணம்
என்னை கரையேற்றியது
சங்ககாலம்...

கையில்
வாளேந்தவேயில்லை
கலிங்கத்தில்
எனக்கொரு வெற்றி...

விடுதலை இயக்கத்தின்
மூலையிடுக்கிலெல்லாம்
நுழைந்து பிரதிபலித்தது
என்முகம்...

காந்தி சகாப்தத்தில் - அவர்
காலடித் தடத்திலே
என் உதிரத்தின்
பிசுபிசுப்பு
ஒட்டிக்கிடந்தது...

பாரதி
கையைப்பற்றி
கடையத்தில்...

பாரதி தோள்பிடித்தபடி
சென்னை மகாஜன சபையில்...

பாரதி
புகழுடம்போடு - என்
புறப்பாடு
திருவல்லிக்கேணியில்...

அந்த
ஒற்றை
ராத்திரியில் - என்
ராஜகவியோடு
உருக்குலைத்து
ஊற்றி செய்த
ரசவாதம்
புத்தகம்...

பொலிவியாவில்
சேகுவாராவிடம்
செலவழிந்த கடைசி
வீர நிமிடங்கள்....

வீரத்தை இறுக்கிடும்
தூக்குக்கயிறு
மரணமே மகிழும்
பகத்சிங்

உடைந்துப்போன
சுதேசி நாவாய்ச்சங்கம்
உடைந்திடாத
ஓட்டப்பிடார வ.உ.சி

மனிதம்,
உலகம்,
இந்தியா,
தமிழக வரலா(ஆ)றுகளை
விழியின் வழியே
நீந்தினேன்
நிச்சயம்!!!

ஏந்திச்சுமந்தது சத்தியம்!!!
அஃதே புத்தகம்

இலை நாகரிகத்தில் இறைச்சியும்,
இழை நாகரிகத்தில் கிளர்ச்சியும்
தொழில் நாகரிகத்தில் புரட்சியும்
தொழில்நுட்ப நாகரிகத்தில் வளர்ச்சியும்

என்னை
அங்குலமங்குலமாய்
அலங்கரித்தவைகள்
புத்தகங்கள் ...

நாற்காலியில்
அமர்ந்தவாறே
கண்ணயர்ந்த
காரல்மார்க்ஸ்...

நிறைவேறாமலே
நித்திரையடைந்த
கர்மவீரர்....

உலகப்பொதுமறை
தொடங்கி
உன்னோடுநான் நட்புவரை - என்
உள்ளூற ஊறிப்
பெருக்கெடுத்த
பிரவாகம்
புத்தகம்...

புத்தகம் என்னை
எல்லாமும் ஆக்கிய
வித்தகம்

பல்லிடுக்கில்
சிக்கிக்கொண்ட
தேங்காய்
சில்போல

சொல்லிடுக்கில்
சிக்கிக்கொண்டு நான்
சோர்வடைந்தக் காலம்
பலவுண்டு...

மனச்சூ(சு)ழல்
தடுமாற்றம்
தத்தளிக்கும் தருவாயில்
கண்ணின் வழியேயெனை
கரையேற்றிய
காகிதக் கப்பல்
புத்தகம் .

அகத்தாலே
ஆலயமெழுப்பிய
பூசலாரைப் போல்...

இதயத்தில்
வீடெழுப்பியுள்ளேன்
என்னை எழுத்திலாண்ட
பிதாமகன்களுக்கு...

சமர்ப்பணம்
என்னை சுவாசிக்க செய்யும்
எல்லா பக்கங்களும்....

- கவிஞர் ப.வடிவேலு

நீ நிஜம்

தலைகுனிந்தே உன்னோடு பயணம் தொடர்கின்றேன்
தலைநிமிர செய்வதை மெல்ல நான் உணர்கின்றேன்
அமுதசுரபி நீ என்பதையும்
அறிவுக் களஞ்சியம் தான் என்பதையும்
அறியா அறிவிலிகள் பலருண்டு
அனுதினம் உன்னோடு இருக்கையில்
அறிவு சிறகு விரிப்பதுண்டு
உன்னை நேசிப்பதற்கும் யாசிக்கவும்
நான் தயங்கேன் நித்தம் வாசிப்பதாலே
நிறைமதியாய் நானிருக்கேன்
புத்தகமே.....

நீ குறைமதியை சரிசெய்யும் அருமருந்து அனுதினம்
படைக்கின்றாய் ஆயிரமாயிரம் திரு விருந்து
எத்தனையெத்தனை எண்ணங்கள்
என்னென்ன வண்ணங்கள்
அரிச்சுவடியில் ஆரம்பித்து
ஆராய்ச்சி வரை அருவியாய்
புரட்சிகளின் பிறப்பிடமே மறுமலர்ச்சியின் வழித்தடமே
உனக்குள் புதைவதென்றால் உள்ளத்தில் பேருவகை
அருவியாய் உன்னை புரட்டுகையில் விரட்டப்படுகிறது
தீய எண்ணங்கள் முரட்டு குணமோ
மென்மையாக்கப்படுகிறது
வறட்டு கவுரவமும் வழித்தடம் மாறுகிறது

வெண்காகித ஓடையில் உன் வரிப்பயணம் - எம்
விழி நுழைகையில் வழி கொடுக்கிறது
தீரா வலி பறக்கிறது - உன்னிடம்
தோழமை கொள்வதில் ஏழ்மை இல்லை
ஏழை பணக்காரன் பாகுபாடில்லை
பல வினாக்களுக்கும் சிலகனாக்களுக்கும

விடை உண்டு உன்னிடம் - நீ
தன்னம்பிக்கையின் தாயகம்
நின்னை படிப்பதால் நீள்கிறது இவ்வையகம்
உன்னை சுவைப்பதென்றால்
உதடுகளுக்கிடையே ஓட்டப்பந்தயம்
உன்னுள் திளைத்தால் சாதிக்கலாம்
எதையும் புத்தி சலவையும் கூர்மையும்
உன்னால் மட்டுமே இயலும்
பல உத்திகள் உன்னில் சுழலும்
உன்னில் நான் என்னில் நீ
நீக்கமற நிறைந்திருப்போம்
நீ நிஜமாய் நான் உன் நிழலாய்.

- **கவிப்பித்தன் முஏழுமலை** .

புத்தகம்

நம் புத்தியும் அகமும் ஒன்று சேர
நம் வாழ்க்கையின் ரகசியங்களை தோண்டி பெற
அறிஞர்கள் புத்தகங்கள்
ஆழ்ந்து படி!
அதன் மூலம்,
வருடங்கள் பலகோடி
வாழ்ந்து முடி!

உள்ளதே, வாழ்வுக்கும்
உலகில் எல்லை,
வருடங்கள் பலகோடி
வாழ்ந்தோர் இல்லை,
என்று உரைப்பவர் புவியில் உண்டு
எள்ளி நகைத்திடு அவரைக் கண்டு!

கலங்கா மனம்,
புத்தகம் எழுதியது பூமியை ஆண்டு - அதை
படித்தால் வாழ்வாய் பூமியில் நீண்டு!
புத்தகங்கள்,
கண் திறந்து கனவுகள்
காண வைக்கும்,
மண் வாசத்தை மனமதில்
வீச வைக்கும் ,
அறிவுச் சிற்றோடை
ஊற்றெடுத்து சுரக்கும்! மனமும்
அகிலம் முழுவதிலும்
இறக்கையின்றி பறக்கும்!
சுயசரிதை எழுதும்போது,
சுயமாக சரியானவற்றை தை!
ஏனென்றால் அஃதை,
அணிந்து கொள்ள இருக்கிறது, ஆயிரம் கை!
நாவல் உண்பதால் எப்பொழுதும் நாவில் தித்திக்கும்
நாவல் படிப்பதால் முப்பொழுதும் நாவில் நலம் நிக்கும்
மொழி பெயர்ப்பு படிப்பதால்,

மனத்தை உலகத்தோடு முடிக்கலாம்!
நாவும் கொஞ்சம்,
மற்ற மொழிபற்றி படிக்கலாம்!
காலத்தை கண் முன் நிறுத்தும்
உலக வரலாறு,
கண்முன்னே நிகழ்வுகளை கொண்டு வரும்
அதைப் நீ பாரு!
பிழைகளை செய்யும் முன்னே
காத்திடும் வாழ்க்கை வரலாறு
அவைகளை படிப்பதனாலே
பெற்றுத்தருமே நற்பெரும் பேரு!
அழகான சொற்களால்
கவியை நல் தை,
ஆழமான வரிகளால்
கருத்தை முன் வை,
என்றும் வாழ்ந்திடும்
மனதில் அக்கவிதை,
எங்கும் சொல்லிடும்
கருத்தாய் நம் பெயரை,
மருந்தாய் ஆக்குன்
கட்டுரையை,
கருத்தாய்க் கட்டு
உன்னுரையை,
சிறார்கள் படிக்க சிறு கதை எழுது!
அதன் முன்
திணறிப் போகும் தீவினை அழுது!
மாணவர்கள் படிக்கின்ற பாட புத்தகம்; அது
மானங்கெட்டு அடித்திடும் பாடை மத்தளம்
மதியினில் சேர்வது உயர்வோடு இருக்கணும்
மாணாக்கர் எப்போதும் படிக்கவே பிடிக்கணும்
விடாமல் படிப்பதால் உயிரோடு கலக்கணும்
விட்டுண்டு போனாலும் மனதிலே இருக்கணும்

பொது அறிவு பெற்றிட
புத்தகம் எப்போதும் வாசி!
அறிவுள்ள, தரம் வாய்ந்த

நூல்கள் அனைத்தையும் நேசி!
புது அறிவு வளர்த்திட
செய்தித்தாள் அத்தனையும் வாசி!
புது நூல்கள் வாங்கி, அதில்
வீற்றிருக்கும் வாசனையை சுவாசி!
கொஞ்சம் கொஞ்சமாய்
புத்தகம் வாசிக்க பழகு!
புத்தகம் வாசித்தால்
அறிவதில் ஏறிடும் மெருகு!
புத்தகம் படிப்பதே
ஆறறிவு மனிதனுக் கழகு!
படிப்பதால் சேர்வாய்
ஆன்றோர்கள் சான்றோர்கள் உலகு!

- **விவேக் ச. ஈ**

வாசகியின் வாசகங்கள்

புத்தக பெருங்கடலில் மூழ்கி முத்தெடுத்தேன்.
திருவாசகமே உருகிவிட்டேன் உருகிவிட்டேன்
உன்னால் உருகிவிட்டேன்
புறநானூறே உன்னோடு நான் இருக்கையில் வீரம்
என்னோடு விளையாடுகிறது
அகநானூறே அகண்ட உலகில் அன்பு செய்ய வைத்தாய்
மகாபாரதமே உறவு_பகை அறிய வைத்தாய்
இராமாயணமே பிறர்மனைநோக்கா பண்பை வளர்த்தாய்
இராஜேஷ்குமார் நாவல்களே பயந்தே போனேன்
இரமணிசந்திரன் நாவல்களே காதலித்தேன் உன்னை
பார்க்கும் வேளையிலே
காதலித்தேன்
பொன்னியின்செல்வனே சோழனின் ஆளுமையை
சொல்லி வைத்தாய்
திருவரங்கன்உலாவே
முஸ்லீம் படையெடுப்பில்
தமிழனின் பக்தி சக்தியோடு உலாவ விட்டாய்
சிவகாமியின் சபதமே வீண்சபதம் வேண்டாமென்றாய்
பார்த்திபன்கனவே பேரராசுகனவை கண்டேன்
உடையாரே தஞ்சை தனித்துவத்தை தாளித்தாய்
ருத்ரவீணையே இந்நாளிலும் ஆன்மீகமுண்டு என்று
என்னோடு வாதிட்டாய்
வனதேவதையே அறிவியல் ஆன்மீக தொடர்போடு
அறிவளித்தாய்
பதினென்புராணங்களே பக்தியானேன்
சக்தியின் பக்தியானேன்
பகவத்கீதையே சிறந்த ஆன்மாவானேன்
சிலப்பதிகாரமே கற்பின் மேன்மையில்
மெய்சிலிர்த்தேன்
திருக்குறளே எல்லா அனுபவங்களை அள்ளித் தெளித்து
விட்டாய்
வரலாறோ அறிவியலோ

எதை நீ சொன்னாலும் சலிக்கவே இல்லை எனக்கு
அறிவு அட்சயபாத்திரம் நீ எனக்கு
உன்னோடு நான் இருக்கும் வேளையில் காற்றோடு
சென்றுவிடுகிறது கடுந்துயரம்

விண் முதல் மண் வரை பல சொன்னாய்
இன்னமும் காத்திருக்கிறேன்
கண்ணோடு உன்னை வைத்து கருத்தோடு அறிவை
வைக்க.

-    **இரம்யாதிருமுருகன்**

புத்தகத்தோழி

மழலை பருவம் முதல்
முதிர்ச்சி அடையும் வரை
புத்தகம் நம்மோடு பயணிக்கிறது
நம் கூடவே ஒரு துணை போல
நமக்கு கிடைத்த நல்ல நண்பன்
நம் சிந்தனைகளை வெளிபடுத்த
நம் கவிதைகளைக் கொட்டி தீர்க்க
நம் கைவண்ணத்தை காட்ட
சிறந்த தோழன்
சிலருக்கு அது பளு
பலருக்கு அதுதான் மருந்து
வாசிக்க வாசிக்க
தெகட்டாத இன்பம்
உலகத்தையே தனக்குள்
பூட்டி வைத்துக் கொண்ட
பெரும் கண்காட்சி இவள்
நம் அறிவை சோதிக்கவும்
கேள்விகள் எழுப்பவும் பிறந்தவள்
அவளால் சாதனைகள் பல
அவளுடன் கிடைத்த நட்பு
எல்லா துன்பங்களையும் களைந்து
மன நிம்மதி அடையச் செய்யும்
என் உடன் பிறவா சகோதரி
ஆருயிர் தோழி
இவளை புரிந்தவர்கள்
ஒருபோதும் கைவிடுவதில்லை
அண்டமே உன் கையில்
உலக சுற்றுலா எதற்கு?
பயணங்களின் போது
நீ நல்ல பொழுதுபோக்கு
படிக்கும் போது

நீ நல்ல ஆசிரியை
வரலாற்றை தெரிந்து கொள்ள
நீ என் பேராசிரியர்
மனதில் எழும் சந்தேகத்தை தீர்க்க
நீ சிறந்த ஏடு
என் கவிதை படைப்பை
வெளிக்கொணர வந்த தூதுவன்
அறுசுவைகளும் சமைத்து ருசிக்க
நீ என் அன்னை
புராணக் கதைகள் அறிய
நீ என் மூதாதையர்
மனதில் தோன்றியதை எழுத
நீ என் கண்ணாடி
என் ஞாபக மறதிக்கு
நீ என் எடுத்துக்காட்டி
பலரும் அறியாத தகவல்கள்
உன் கைவசம் உள்ளது
பாகுபாடு பார்க்காமல் அறிவை
எல்லாருக்கும் சமமாய் வழங்கும்
உன்னை எப்படி நான் மறப்பேன்
எங்ஙனம் கைவிடுவேன் யான்!!

- மினு.வி

என் சுவாசமே

காலை கதிரே துள்ளும் சுதியே
என்னை சொந்தம்
கொண்ட சந்தமே
என் விழி வாசல்
உன் வரவை நோக்கி
என் பாதங்கள்.
நீ பயணிக்கும் திசை நோக்கி
மனசெல்லாம் மகிழம்பூ வாசம்
மத்தியான நேரத்திலும்
நேசம்சுவைதான்.
ஆசை அத்தானே
கிடைத்தற்கரிய பேழையே,
மாலை அழகு.
மாலையில்
சோலை அழகு
சோலையில் மலர்கள் அழகு. என்னில் உன்
நினைவுகள் அழகு.
வஞ்சி நான் கொஞ்சிய போது
என்னை விஞ்சி
கெஞ்சிடுவாய்.
எனக்குள் வந்து
மிஞ்சிடும் உன் அன்பு
தோற்றுப்போனேன் உன்னிடம்.
நீ வந்து தேற்றும் போது.
உள்ளத்தில் உணர்வுகள் வெள்ளமானது.
அலைபாயும் எண்ணங்கள்
ஆடிக்காற்றாய் அடித்தெடுக்க
நினைவெல்லாம் கனவாக
நான் படிக்கும் புத்தகமே
நாள்தோறும் நான் வரையும் சித்திரமே.
என் உயிரோடு கலந்த

உதிரம் நீ . அழுகை நீ
சிரிப்பும் நீ சிந்தனையும் நீ
அனைத்தும் நீ அத்தமகனே
அந்தரத்தில் நிற்கிறேன்
வலியோடு போராடி
போராடி உறக்கம்
கொள்ள மறுக்கிறது
என் ஊமை விழிகள்
உன் மடி கொண்டால்
நிம்மதி கோடி.

- **தமிழ்ச்சுடர்**

உன்னில் தொலைந்த நான்

என்னை சிந்திக்க செய்தவன் அவன்
எனக்கு நம்பிக்கையை ஊட்டியவன் அவன்
நேர்மையை கற்றுக்கொடுத்தவன் அவன்
என் அறிவுக்கண்ணை திறந்தவன் அவன்
என் காயங்களுக்கு மருந்தும் அவன்
இன்று என் புத்துணர்ச்சிக்கு காரணமும் அவன்
என்னுடன் பழகியவன் அல்ல

என்னுடன் பயணித்தவன் அவன்
என் உள்ளம் கவர்ந்த கள்வன் அவன்
ஆம், என் வாழ்வின் ஒரு அங்கம் அவன்
தெருவில் துள்ளி திரித்தபோது
துண்டுச் சீட்டில் ஆரம்பித்தது

அவனுடன் என் பயணம்!
இன்று பைத்தியமாக சுற்றுகிறேன்!
அவன் பின்னே நூலக நூலகமாக!

- ஏ. கலைவாணி

தேடல்

தினமும் நடைபயிற்சி
செய்யும் பூங்கா ஒன்றில்
தொடங்குகிறேன்
என் தேடலை....

ஆறடியில் ஒருவன்,
காற்றில் அங்கும் இங்கும்
அலைமோதும் அவன்
தலைமுடி,
முன் நெற்றியில் சந்தனம்,
அசாதாரணமான கண்கள்,
கூர்மையான மூக்கு,
முறுக்கு மீசை,
என்னை அவனுள்
ஈர்க்கும் ஆத்மார்த்தமான
புன்னகை....

என்றாவது என் பக்கம்,
என்னை நோக்கி அசையும்
அவன் கைகள்,
ஆயிரம் யானைகளை
ஒற்றை ஆளாக அடக்கும்
வீரனைப் போல திடமான
உடல்...

பூங்காவைச் சுற்றி
ஓடிக்கொண்டே இருக்கும்
அவன் பாதங்கள்,
என்னையும் தூண்டுகிறது,
அவனைப் பின்தொடர்ந்து
செல்ல...

"அத்திப் பூத்தாப் போல்"
என்றாவது ஒரு நாள்
எட்டிப்பார்க்கும் அவன்
நிழல் சேர....

அன்றாட தேடலில் நான்!!!

- சுபஸ்ரீ ஆண்டமுத்து

காதல் சொல்ல வந்தேன்

ஒரு ரோஜாவையும், பத்து இருபது
வரிகள் மட்டுமே எழுதிய
காகிதத்தையும் கொடுத்து
விவரிக்க முடியாது,
உன் மீது நான் கொண்ட அளவு கடந்த
என் காதலை...

ஒரிரு வரிகள் உன்னுடன் பேசவே
ஒராயிரம் முறை என்னுள் ஒத்திகை
பார்த்திருக்கிறேனடா!!!

என்னைப் பார், உதடுகள் சொல்ல முடியாமல் தவிக்கும்
வார்த்தைகளை, பொழிந்து கொண்டிருக்கும்
என் கண்களைப் பார்....

உன் அருகில் நான் நின்றிருக்கும் சந்தோஷத்தில்,
உனக்கு பிடிக்குமென நான் அணிந்து வந்த
லோலாக்கின்
ஆட்டத்தைப் பார்...

ஒவ்வொரு கனமும் செத்துப் பிழைக்கிறேன்,
என் காதலை சொல்ல முடியாமல்
நான் கேட்ட, நீ கொடுத்த பதினைந்து நிமிடம்
முடிந்துவிட்டது, ஆனால்
இன்னமும் நேரம் போதவில்லை...

எப்படித் தான் சொல்வது??
நீயே சொல்லிவிடு
அதற்கான பதிலையும்!!!

- **சுபஸ்ரீ ஆண்டமுத்து**

உனக்கென நான்

நான் மிகவும் பேராசை கொண்டவள்,
உன் மீது மட்டும்....

சொகுசு வண்டிகளில் எனக்கு
விருப்பம் இல்லை,
உன் கை கோர்த்து, நடைபாதையில் ஊரார் கண்பட
நடத்திட ஆசை எனக்கு

மற்றவர் முன் மங்கையாய் வலம் வர,
உந்தன் முன் மட்டும்
மழலையாய் விளையாட வேண்டும், உரையாட
வேண்டும், கோபம் கொள்ள வேண்டும், உணவு
ஊட்டிவிடச் சொல்லி அடம்பிடிக்க வேண்டும்,
ஒவ்வொரு வாய் உணவிற்கும் இடையில் சின்ன
சின்ன கதை சொல்ல வேண்டும்,
பொறையேறி நான் இரும்பிட,
தலையை தட்டிவிட்டு தண்ணீர் கொடுத்திட நீ
வேண்டும்!

வண்ண வண்ண பூச்செடிகள் வேண்டும், தினமும்
காலையில் அதை எனக்கு
நீ சூடிவிட வேண்டும்,
வேலைக்கு புறப்படும் முன் நெற்றி முத்தம் கொடுத்திட
வேண்டும்,
மாலை வீடு வரும்பொழுது மல்லிகைப் பூ
நீ வாங்கி வரும் வரை
நான் காத்திருக்க வேண்டும்...

வகை வகையாக நான் சமைத்து

உனக்கு பரிமாற வேண்டும்,
கழுவிய கை துடைக்க என் முந்தானை எடுத்து
கொடுத்திட வேண்டும்,

என்னைப் போல் அழகாய் ஒரு
பெண் குழந்தை,
உன்னைப் போல் வீரமாய் ஒரு
ஆண் குழந்தை,
பெற்று உன் கைகளில் தவழவிட வேண்டும்....

என் ஆசைகள் எல்லாம் நிராசையாய் போகாமல்
இருக்க,
என் காதலே, உன் காதல் துணைவியாய்
உன்னுடன் நான் வாழ வேண்டும்!!!

-   சுபஸ்ரீ ஆண்டமுத்து

மீண்டும் ஒருமுறை

பனிப்பொழியும் மார்கழியில்
அதிகாலை எழுந்து,
சீக்காய் பொடி மணக்க
கூந்தல் அலசி,
குங்குமப் பொட்டிட்டு,
வாசல் தெளித்து,
இருப்தொரு புள்ளிக்
கோலம் போட்டு
முடித்துவிட்டு.,

நிமிர்ந்து பார்க்கிறேன்,
பூசனிப்பூவுடன்
நீ நிற்கிறாய்!

பூவைக் கொடுத்துவிட்டு
வந்த வழியே
செல்கிறாயே,
மீண்டும் ஒரு முறை
அந்த காந்தக் கண்
பார்வையை என்
பக்கம் திருப்பமாட்டாயா?
ஏன், ஒட்டிக்கொண்டால்
திரும்பி செல்ல விடமாட்டேன்
என்ற பயமோ?

- சுபஸ்ரீ ஆண்டமுத்து

குற்றம்

ஆம், குற்றம் புரிந்தவன்
நீ தான்!

ஆயிரம் கனவுகளை
என்னுள் ஓங்கச்
செய்தவன்
நீ!

மடிந்தாலும் மறக்காத
நினைவுகளை எனக்கு
பரிசளித்தவன்
நீ!

நித்தம் நித்தம் என்னை
வருத்திக் கொண்டிருக்கும்
துயரங்களுக்கு உயிர்
கொடுத்தவன்
நீ!

சிரிக்க மட்டுமே
தெரிந்த எனக்கு,
அழுகவும் தெரியும்
என உணர்த்தியவனும்
நீ!

நான் செல்லும்
திசையெல்லாம்
வழித்துணையாய்
வருபவன்
நீ!

ஏன்,
என் வாழ்க்கைத்
துணையாக வரமாட்டாயா?

நீ செய்த குற்றத்திற்கு
தண்டனை என்ன
தெரியுமா?

என்னை மணந்து கொள்,
வாழ்வனைத்தும்
என்னுடன்
கடந்து செல்ல
தயாராகு!

வாழ்ந்தாலும்,
செத்து மடிந்தாலும்
இனி என்னுடனே!

- சுபஸ்ரீ ஆண்டமுத்து

வாழ்க்கை என்னும் புத்தகம்

ஆம்,
புத்தகம் படிக்கிறேன்....
வாழ்க்கை என்னும் புத்தகம்

ரசித்து, உணர்த்தி, உணர்ந்து,
அனுபவத்தின் அடிப்படையில்
நாளுக்கு நாள்,
அதிகரிக்கும் பக்கங்களில்
நான் காண்பது
உன் நினைவுகளையே!

-   சுபஸ்ரீ ஆண்டமுத்து

புத்தம் புது காதல்

மீண்டுவிட்டேன்...
இல்லை இல்லை,
என்னை மீட்டெடுத்தாய்...

முத்தெடுக்கச் சென்ற
நான் மொத்தமாய் மூழ்க
மூச்சடக்கி என்னை
பத்திரமாய் மீட்டு வந்தாய்...

பின்பு தான் தெரிந்தது,
கரையில் முத்தொன்றை
வைத்துக் கொண்டு,
கடலில் தேடிக்
கொண்டிருந்தேன்
என்று!!!

- சுபஸ்ரீ ஆண்டமுத்து

காதல் செய்கிறேன்

வார்த்தைகளால் விளக்க
முடியாத உணர்வுகளை
நினைவுகளாய் வடிவமைத்து
தினமும் நீ பார்த்து மகிழ
நிலவிற்கு அனுப்ப
காதல் செய்கிறேன்!!!

பூவிற்கு பதிலாக வார்த்தைகளை
எடுத்து கவிதைகளாய்
கோர்த்து வைத்திருக்கிறேன்,
நீ வந்து சூடிவிட்டால்
இன்னும் அதிகமாய்
காதல் செய்கிறேன்!!!

உன்னை மட்டும் அல்லாது
உன் ஆசைகளையும்,
உன் கனவுகளையும்,
இன்பம், துன்பம்
அனைத்தையும்,
உன்னுடன் சேரவே
காதல் செய்கிறேன்!!!

- சுபஶ்ரீ ஆண்டமுத்து

புத்தகப்புதையல்

பிறப்பால் மனிதன் வெற்றிடம் மூளையில்
சுற்றமும், சூழலும் கற்றலின் முயற்சியாய்,
காண்பதும், கேட்பதும் பொய்மையே அன்றிலும்,
கற்றதும், பெற்றதும் மெய்மையே என்றாகும்!

சுயநலம் அன்றியே சூட்சமம் சொல்வதில்
மனிதனின் மரபிலே மறுப்பினும் உண்மையே,
உயிரதும், உணர்வும் அற்றது என்றிலும்
உருவால் உலகை வென்றது புத்தகம்!

ஞானியின் ஞானம், ஞாலமும் விதைத்து
அறியாமை இருளை ஆழ்கடல் புதைக்க
ஆதவன் ஒளியிலும் ஆயிரம் ஆற்றல்
அகத்தில் எழுத்தாய் கொண்டது புத்தகம்!

அறிஞனின் தேடலும், கவிஞனின் காதலும்,
எழுத்தனின் ஏக்கமும், இறைவனின் தாக்கமும்,
உண்மையின் ஊக்கமும், மனதின் ஆக்கமும்,
கண்வழி காதில் உரைத்தது புத்தகம்!

நல்லோர், நலிந்தோர், வல்லோர், வறியோர்,
அனைவருக்கும் அன்பின் உறவாய் புத்தகம்.
சமத்துவம் போற்றும் மாரியின் குணமாய்
எல்லோர்க்கும் உலகில் பொதுவாய் புத்தகம்!

கற்றலின் தேடல் ஞானமா? செல்வமா?
கருத்தினை கவனமாய் சேர்ப்பது புத்தகம்
தேடலின் எல்லையை தெளிவாய் வரைத்து
வாழ்வியல் கற்று கொடுப்பதும் புத்தகம்!

விதைபோல் வென்று, விருட்சமாய் ஞானம்
பெற்றால் உலகை வெல்லலாம் நாளும்,
உறுதுணை நின்று, உயிர்வரை நட்ப்பாய்,
நம்வாழ்வின் புதையல், நல்லதோர் புத்தகம்!!!

- ஓவியா குமரவேல்

வாசிப்புடன் நேசிப்பவள்

உலகத்தை ஒற்றை வரியில்
கண் முன்னே காட்டியவளே!
புறத்தில் தோன்றி
அகத்தை ஆள்பவளே!
உன்னோடு நான் இருந்து
உன்னை நேசித்து வாசித்தால்!
பாலைவனமுமே பனிபடர் உலகமே!!

-    மு. கோகிலா

என்னுயிர் தோழமை

கற்பனைகளுக்கு
வடிகாலாய்!
குழப்பங்களுக்கு
தீர்வுகளாய்!
இள நிலையில்
இடைப் புகுந்து
வாசிப்பில் என்
தடம் மாற்றி
புத்தக ரசனையை
துரித்தப்படுத்திய
தோழமை நீ!

மீள் வாசிப்பில்
எழுத்துக்களை
மெருக்கேற்றி
வழிகாட்டி நீ!
சொந்தமாய்
நட்பாய்
என்னுள் கலந்து
கையோடு
கைப்பையுள்
உறைந்து உலாவிடும்
என் உணர்வும் நீ!

- முனைவர் ஜெ.ஆனந்தி பானு

உனக்காக நான்

உயிரே உன்னோடு
நாள்முழுவதும் வாழ்ந்திட
நான் இருக்க
உன்நினைவைமட்டும்
எனக்குத்தந்து
என்னைத்
தவிக்கவிட்டுச்
சென்றதென்ன

நான் தன்னந்தனியாய் தவித்திருக்க
தணியாத தணலாய் உன்நினைவுகள் வாட்ட
உள்ளத்தில்
உயிராய் ஊஞ்சலாட
வந்தனவே
நினைவலைகள்
உநமன் நினைவலைகள்

ஐம்புலனடக்கி
ஐம்பூத்தின் துணையோடு
ஜயமின்றி
உன்னை
ஐந்தறிவு ஜீவனாய் பாசத்தில் நான்

என்னைத் தாலாட்டிய உன்நினைவுகள்
ஆகமமாக
நட்ட நடுக்காட்டில்
நல்ல வைரமென
மின்னியதே
நம்காதல்
நல்லகாதல்
எண்ணி எண்ணிப்பார்ப்பேன்
ஏகாந்தச்
சோலையாவேன்
எப்பொழுதும்
என்றென்றும் உந்தன் மனதில்
நானேஉந்தன்
நினைவால் நானே

இதயப்பூங்காவில் பூத்திட்ட
எந்தன் இணையில்லா
ரோஜாவே
ஒன்றே நினைவு
அதுவும் உநமன் நினைவே
எனக்கு உணவே

உன்னதமான உத்தமமான
உள்ளத்தின் நினைவுகளால் உனக்கு பூமாலை
சூட்டுகிறேன்

- **முனைவர் சு.நாகவள்ளி**

புத்தகத்தின் மீது பித்து

புத்தகத்தை பிடித்து படிக்க!
நீண்ட நாள் பயணிக்கும் திரவம்!
அறிவை வார்த்து எடுக்கும் அருவி!
சொத்தானது கைமாறும் அதுவோ சொத்துக்கெல்லாம்
தலைமை சொத்து!
உன்னை விட்டு விடுவேனோ?

- தாரகை

புத்தகம் என்னும் போதை

புத்தகம் என்றாலே புத்துணர்ச்சி தான்!
தன்னை மறந்து தன் துணையாய் மாறிடும் தருணத்தை
தலைப்பினை கொண்டே தோன்ற வைத்துவிடும் தாகம் அது!
நேரம் பாராமல் நீர் கூட வேண்டாமல்
வெகுநேரம் வரிகளால் வியக்க வைக்கும் விருப்பமானதது!
விவரிக்கமுடியா பந்ததினால் விடிய விடிய கூட
விருந்தளிக்கும் விருந்தாளி அது!
ஒரு கதையாய் இல்லாமல் -கதாபாத்திரமாய்
தன்னுள் கலந்திட செய்யும் காதல் அது!
வெறும் கருத்தாய் அல்லாமல்- வாழ்க்கையை
கற்றுக் கொள்ளும் பாடமாய் அமையும் அது!
தான் இருக்கும் உலகத்தையே மறக்கடிக்கும் மாயை அது!
கானா உலகத்திற்கு கூட்டிச் செல்லும் கற்பனை அது!

பலவித உணர்வுகளை உள்ளடக்கிய உணர்ச்சி அது ,
பல்லாயிர கேள்விகளுக்கு புரியாத புதிர்களுக்கு ..
பதிலளிக்கும் பொக்கிஷம் அது,
அதன் துணை அறிந்தோர்-தனிமை என்னும் சொல்லின்
உயரிய அர்த்தம் அறிந்தவர்ஆவார்.
ஏனெனில் தனிப்பெரும் தாலாட்டாய் திகழும் தோழி அது!!

- ஹரிசுதா

என் விழிகள்(புத்தகங்கள்)

புத்தனின் அகமே திரிந்து
புத்தகம் என்றானதோ...

உனை தீண்டிய பின்
கால்களுக்கு சக்கரம் பூட்டி
காற்றிலே பறக்குது!

மனதிற்கும் சிறகு முளைத்து
மலைகள் தாண்டியும் திரியுது!!

உனை நேசித்து வாசித்தால்
சுவாசிப்பையும் சுகம் அடையச் செய்வாயோ?

உன் விழிக்குள்
என்னை விட்டுவிடு
உன்னை வாசிப்பதேன் சுவாசமாகி
வெகுநாள் ஆகிவிட்டது
வெளியே மூச்சு
திணறுகிறது எனக்கு!

உன் கருப்பு வெள்ளை
புத்தகத்துக்குள் தொலைந்து
போன வண்ணங்களால்
என் இதயம்

என் விழிகள்
அன்பு பொக்கிஷம்
அறிவு பெருங்கடல்
எல்லாம்
என் புத்தகங்களே!

- வி. காவியவர்சினி

புத்தகங்களோடு வாழுங்கள்

பாடசாலையில் விளையாட்டை
தொலைத்த சிறுமியாய்
உன் விழிகளுக்குள்
என் வாழ்க்கையை
தொலைத்த சிறுமியானேன்!

இறைவனுக்கும் புத்தகத்திற்கு
ஒரே ஒரு வேறு பாடுதான்!
இறைவனை உணர்ந்து படிக்க வேண்டும்
புத்தகத்தை படித்து உணர வேண்டும்!

புத்தகங்களை படியுங்கள்...
மனம் அமைதி பெரும்! புத்தகங்களை
நண்பராக்குங்கள்...
சிந்தனை சிறகடிக்கும்..!
புத்தகங்களோடு வாழுங்கள்
அறிவு பயணப் படும்..!
புத்தகங்கலேயே சுவாசியுங்கள்
தேடல் இனிக்கும்..!

- **வி. காவியவர்சினி**

இனிமையான தருணங்கள்

உன்னை வாசித்தப் பிறகே என்னை
நேசிக்கத் தொடங்கினேன் !

ஆயிரம் ஆண்டுகள் வாழ்ந்த
வாழ்வையும் அறுபது பக்கங்களில்
கூறிவிடலாம் !

உன்னுடன் இருக்கும்
தருணங்களைக் கூற,
வண்ணத்தாள் பத்தாது ,வானத்தாள்
தான் வேண்டும் எனக்கு!

உனது ஒவ்வொரு தாளிலும் பலரின்
இரத்தமும்,தியாகமும்,
வேர்வையும்,வெற்றியும்
அழகாக அச்சிடப்பட்டுள்ளது !

என் கையில் உன்னை
ஏந்திய போது
ஒரு குழந்தையாய் தவழ்ந்து,
என்னையும் தவழவைத்தாய் !

அகத்திணையாய் உன்னை
வாசித்த போது, என்னுள்ளும் ஏதோ
காதல் மலர்ந்தது !
புறத்திணையாய் உன்னை
வாசித்த போது ஏதோ
ஒரு வகை வீரம் பிறந்தது !

காப்பியத்தில் என்னை
கதாநாயகியாக நினைத்து

ரசிக்கவைத்தாய் !

பக்தி பாடல்களாய் என்னுள்,
இறையன்பு எனும் ஊற்றை
பெருகவைத்தாய் !

வண்ணங்களில்லாமல் வந்து,
என்னுள் பல எண்ணங்களை
ஏற்றிச் சென்றாய் !

சங்க நூல்களை வாசித்தால்,
சங்ககாலத்திற்க்க
கூட்டிச்சென்றாய் !

நின்றுக்கொண்டே பறக்க வைத்தாய் !
பறந்துக்கொண்டே மிதக்க வைத்தாய் !
எனக்குள் என்னையே ,
காட்டிக்கொடுத்தாய் !
விலைக்கொடுத்தால் உன்னை
வாங்கிவிடலாம்! ஆனால் கலை
கொடுத்தால் மட்டுமே உன்னை
உருவாக்க முடியும்

புத்தகமாய் நீ உருமாறி!
அற்புதமாய் என்னை
வழிமாற்றினாய் !

அனைவரின் பெருமையையும் உன்னில்
ஏற்றிவிடலாம்,உன் பெருமையை ஏற்ற
வேறுவழியின்றி உன்னிலே கவிதையாய்
அரங்கேற்றிவிடுகிறேன்!

- ச.ஜீவதர்ஷினி

பிறந்தநாள் கொண்டாட்டம் புத்தகங்கள்

ஒருவரின் வாழ்நாளில்
ஒரு சில அனுபவம்
பல கற்பனைகள்
புத்தகங்கள் வாழ்க்கையின்
சுகம்
பலரின் வாழ்க்கை எனதாக்க
கிடைத்த தடம்
இன்பமோ துன்பமோ
பிறரின் நிழலானேன்
நினைவில் நின்ற கதைகள்
ஆசையால் கிடைத்தா
பனி படிந்த புல்லும்
சுகம் தரும்
என்றும் சுகம் தரும்
நினைவுகள்
கத்தி அலரும் கிளிகள் கூட்டமாய்
அதை பார்த்து கண்சிவக்கிறது
விரும்பி வந்து அமரும் என்
கழுத்தோரம் அந்த பருந்து
இதுவும் நடக்காது
ஆனால் பருந்து
எனக்கு இறை ஊட்டு
புத்தகத்தில்
பிறரோ நானோ நினைத்தால்
அதுவும் நடக்கும்
எதுவும் நடக்கும்
மீண்டும் பிறந்தநாள் கொண்டாடும்
புத்தகங்கள்

- நிர்மல் குரு

புத்தக காதலனே

வரிகளில் வசமிழப்பது
வாடிக்கையாகி போக
வார்த்தைவழி வசியம்
வைக்கிறாயோ?
தன்னந்தனி உலகினில்
தனித்து நான் நிற்க
தனிமை தவிப்பினை
இனிமையாக்க வந்தவனே!
என் புத்தக காதலனே!
படைப்பாள கையின்
புதையல் நீ!
புதையல் பதுக்கிய
அற்புதம் நீ!
அற்புதம் காத்திடும்
ரகசியம் நீ!
ரகசியம் ரசித்திடும்
அதிசயம் நீ!
அதிசயமே வியந்திடும்
அழகியல் நீ!
அழகியல் அழகுபடுத்தும்
பிரபஞ்சம் நீ!
பிரபஞ்சமே அடங்கியுள்ள
யுகம் நீயே!!! புத்தகமே

-     மாயாதி

கண்மணி

காதல் என்றவுடன் நீ கண்ணிமைக்கும் நியாபகம்!
உன்னை காண காத்திருந்த நிமிடங்களை காதல்
என்கவோ?
அந்த நிமிடங்கள் கொண்டிருந்த தவிப்புகளை
வர்ணித்துச் சொல்லவோ?

நீ,
நிகழ் காலத்தின் நிஜம்!
நான்,
நிஜத்தின் நினைவுகள்!

நாம்,
நினைவுகளின் இதமான சுவடுகள்!
உண்மை,
சுவடுகளின் சுவாசம்!

பொய்மை,
நீயில்லா சுவாசத்தின் தனிமை!
காதல்,
தனிமையில் காத்திருந்த காலம்!
கண்கள்,
என் காலத்தை பரைசாற்றும் காவியம்!
இதழ்கள்,
இயல் இசையின் எதார்த்தம்!

புருவங்கள்,
உன் பூரிப்பை எனக்கு புரிய வைக்கும் புல்வெளிகள்!
உன்னோடு நான்,
என்னை மீண்டும் பிறப்பெடுக்க வைத்த தருணம்!
புன்னகை,
பூர்வஜென்மத்தை புதுப்பிக்கும் மந்திரம்!

- கண்மணி தமிழ்பாரதம்

வாசிப்பே என் சுவாசிப்பு

அல்லும் பகலுமே
பொழுதுபோக்கிற்காக புத்தகங்களை படித்தவன் நான்;
அப்புத்தகங்கள் என்னை ரசித்து
படிக்க ஆரம்பித்தது...

புத்தக வாசிப்பு புத்துணர்வு தந்தது என்னுள்ளே!
ஏனோ யான் அறியாமலே
உன்னில் நான் தஞ்சம் புகுந்தேன்!

இப்போதோ தமிழ்ச் சமவெளியாய் சிறகடிக்கும்
புத்தகங்களோடு இயற்கையாய்
வாழ்ந்து வருகின்றேன்!

யான் படிக்கும் புத்தகமோ ஓர் ஆகச்சிறந்த ஆசானாய்
என்னை நல்வழிநடத்தும்!
பேராயுதமாய் சிலநேரங்களில்
செயல்படும் மாயையும் அதற்குண்டு!
அறிவுச்சுடராய் திகழும் புத்தகமே;
நான் வணங்கும் தெய்வங்களில் ஒன்றென்பேன்!

புத்தகம் வாசிப்பே என் சுவாசிப்பென கவியெழுதி
விடைபெறுகிறேன்..!!!

- கவிஞர் பாரதி பாஸ்கி

வாசிப்பை சுவாசித்த தருணங்கள்

தனிமையில் இனிமையான துணையே
தாங்கி பிடிப்பதில் உனக்கு நிகர் நீயே
தடுமாற்றத்தில் மடை மாற்றம் நீயே
தரணி எங்கும் புகழ் பெற்ற தாயே

படித்துப் படித்தே சுகம் கொண்டேன்
பாரினில் புகழும் தான் பெற்றேன்
பாங்காய் என்னை வழி நடத்தும்
பாவையே உன்னை வணங்குகிறேன்

அழகாய் இயற்கையை நேசிக்க
அறிவாய் அறிவியலை கற்றுக் கொள்ள
அனுபவப் பாடம் கதைசொல்லி
அருமையாய் வழி நடத்திச் சென்றாயே
உன்னில் புதைந்த நிமிடங்கள்
உனக்குள் கரைந்து தருணங்கள்
என்றும் வசந்த பூபாளமாய்
நிலைத்து நிற்கும் காவியமாய்

துன்பத்தில் துவளும் வேளையிலே
துணையாய் தாங்கி பிடிப்பாயே
இன்பத்தில் மூழ்கும் வேளையிலே
இனிமையாய் சுவை கூட்டுவாயே
உன்னோடு நான் கொண்ட காதல்
உணர்வில் கலந்த உன்னத தேடல்
உனக்குள் என்னை உருக்கிய நேரம்
உலகை எனக்காய் நீ பரிசளித்த நேரம்
உன்னுள் அடங்கிப் போனேன்
உயிரில் கரைந்து போனாய்.

- கவிச்சுடர்.கு.திலகவதி

புத்தகமும் நானும்

சிறு விரல்களால் உன்னை
        தீண்டி....
இரு கண்களால் உன்னை
        இரசித்து....
இதழ்களால் உன்னை வருடும்
        ஒவ்வெரு நொடியும்....
உன் மீது காதல்
        கொண்டேனடி....
நீ என்னுடன் இருக்க, நான்
        உன்னுடன் உறவாட....
என் அனைத்து கவலைகளையும் மறந்து....
        புத்துணர்வு அடைத்தேனடி...
இன்னும் ஆயிரம் ஆண்டுகள்
        வாழ்ந்தாலும்....
உன் மீது கொண்ட காதல்
        என்றும் மாறாது!

-        மு. காயத்ரி

கற்பனை உலகம்

வார்த்தை வித்தகனுக்கு
எண்ணற்ற எண்ணங்கள்
எழுத எடுத்தாராம்
எழுதுகோலும்,ஏடும்!

கற்பனை வளமிக்க நாடு
கைவசமானது
கைதானவருடைய வசம்!

பிறகென்ன பஞ்சமில்லை
கற்பனைக்கு!
கைதியே கதாநாயகனாம்!

ஆம்!புத்தக லோகத்தில் - அதை
படிப்பவரும் கதாநாயகரே!
எழுதுனவன் எவ்வழி(லி)யோ;மனதார
படிப்பவனும் அவ்வழியே!

எண்ணமெனும் நீரோடையில்
நீந்தித் திரியும் மீனாய்
உன்னோடு நான்!

புத்தகமெனும் பேருந்தில்
முடிவிலா பயணியாய்
உன்னோடு நான்!

அறிவெனும் ஒளியில்
அணையாத விளக்காய்
உன்னோடு நான்!

உயிர்களுக்கு உயிரளிப்பவன் மட்டுமல்ல;
எழுத்துக்களுக்கு உயிர்
கொடுப்பவனும் படைப்பவனே!

-   **புதுகை வி.சௌமியா**

பதில்களாய் நீ

செந்தீ விழுந்த செபட் பாறையின்
மந்தி உருட்டும் மயிலின் முட்டையாய்
தன் கரங்களின் உன்னை தந்துபேனாள்
காற்று அடித்து பாக்கங்கள் திரும்பவே
பிரண்டுஅடித்து உன்னை ரசிக்க
எனது பதினெட்டு வருட தேடல்களின்
ஒர் விடைதொகைகளின் வடிவமாய் நீ!
கேள்விகளாய் நான்! பதில்களாய் நீ!
நேசம் உற்று உன்னுடன் தொடரவே
சாகும் வரை சேர்வுடையாமால் நானும்
வாழ்வின் கடைசி காலம் வரை
உன்னுடன் நான் ஒன்றாய் பயனிந்து
உற்ற தோழனாய் அமைந்திடுவோம்!

-    நா.வசந்தி

உன்னால் நான்

உன்னோடு உறவாடத் துவங்கிய
நாட்களில் எழுதப்படாத
கரும்பலகையாய் இருந்தேன் நான்
விடியலைத்தேடிய இரவாய்
இருண்டு கிடந்தது எனது மனம்

நீ வந்தாய் எழுதினேன்
படித்தேன் பாடினேன் பலவும் தெரிந்தேன்
உண்மை பொய்யறிந்தேன்
உறவு பகையறிந்தேன்
எனது பெயரை எனக்கே
எழுதவும் படிக்கவும்
கற்றுத்தந்தவள் நீயல்லவா ?

உன்னோடு பயணித்த ஒவ்வொரு நொடியிலும்
வாழ்க்கையின் அடுத்த நிலைகளை
கடந்திருக்கின்ற நான் உனது
இடமாற்றத்தால் பலமுறை
தடுமாற்றம் கண்டிருக்கிறேன்

உனது இலக்கணங்கள் கண்டு
தலைக்கணங்கள் தொலைத்த
தமிழரில் நானும் ஒருவன்
என்பதைச் சொல்வதில் நாணம் எனக்கு

தோளில் சுமந்தேன் தோழமையானாய்
மார்பில் சுமந்தேன் மானங்காத்தாய்
மடியில் சுமந்தேன் மதிகொடுத்தாய்

உனை நேசிக்கும் எனையொத்த
உறவுகளால் உற்சாகமடைந்தேன்

உலகம் பயின்றேன்

முன்பின் தெரியாத கூட்டங்களில் கூட
முதல்பெயராய் என்பெயர் பதிக்க
முதன்மைக் காரணமானவள் நீ

இன்பம் துன்பம் - களவு காதல்
பிறப்பு இறப்பு - வெற்றி தோல்வி
நம்பிக்கை ஏமாற்றம் என
எல்லா செய்கைகளையும்
உன்னாலே அறியும் உலகம்

உன்னால் நான் உயர்ந்தேன்
உயர்த்திய நீயோ
தேய்ந்து நிற்கிறாய்
நிலவாக நான் அதில்
ஒளியாக நீ

- மு. புருசோத்தமன்

எண்ணங்களின் பயணம்

ஏக்கத்தில் தவித்திருந்து
உன்னைக் கண்டதும்
அள்ளி எடுத்து
நெஞ்சில் அணைத்து

உச்சி முகர்ந்து
உன் வாசம் முழுதுமாய்
என் சுவாசம் நிறைத்து
ரசிப்பேன் என் புத்தகமே !

உன் ஒவ்வொரு
இதழ்களையும் வருடுகையில்
புதுச்சுவை
நெஞ்சை நெகிழ்த்தும்

அழகிய அனுபவங்கள்
விருந்தாக கிடைக்கும் !

மனம் தூயமையாகும்!
சிந்தைகள் புத்துணர்வு பெறும்!
மன நிறைவு ஏற்படும்!
மனம் தெளிவடையும்!

ஒவ்வொரு புத்தகத்திலும்
என் எண்ணங்கள்
பயணம் செல்லும் !
பாசம் கொள்ளும் !
பரிதவிக்கும் !

- க.சௌபர்ணியா

தமிழோடு நான்

மற்றவருக்கு எண்ணத்தை வெளிக்காட்டுவது தமிழ்மொழி!
மாறாக எனக்கு அன்னையாக இருப்பது - தமிழ்மொழி !
ஆழ்கடலின் ஆழத்தை அளந்துவிடலாம்
இவளின் சொற்சுவையை அளவிடவே முடியாது !
எதுகை மோனையில் ஆறுதல் கூறி அன்னை ஆகிறாள்!
துவண்டு போகாமல் தூக்கி விடுகிறாள் !
தோழமை கூட தோற்றுப்போகும் இவளிடத்தில் !
கடலோரத்தில் காதலனுடன் செல்லும் சுகத்தை காட்டிலும்!
கவிதைகளுடன் செல்வதிலே பேர் ஆனந்தம் !
திங்களை காட்டி பசியாற்றினால் தாய் அன்று !
தினம் தினம் பசி ஆற்றுகிறாய் நீ அறிவுப் பசியை !
என்றும் தீராது காதல் உன்னிடத்தில் !
எண்ணை நானே தொலைத்து விட்டேன் !உன்னிடத்தில்!
காதலித்து என்னவோ என் தாய் தமிழை;
வாழ்வது ஏனோ புத்தகத்தோடு!

- **திவ்யா.தே (தமிழ் காதலி)**

தனிமையின் துணை

தனிமையிலும் சிரித்தேன் உன் துணையால்
மைவிழியால் மயங்காத நானும் தொலைந்தேனே உன்
மெய்விழியால்
உன் முகவரியில் படிக்கின்ற காதல் கதையில்
பக்கங்களாய் நானும் உன்னில்
கல்கியின் காவியமோ என் காதல் மழையின்
ஆரம்பமோ!
இரவெல்லாம் உன் மடியில் பக்கங்களாய் நானும்
தூரலான உன் வரிகளில் கரைந்தேனோ ஏனோ?
உன்னோடு நான்

- தே. அனுசுயா